மெய்வருத்தக் கூலி தரும்

த.ஸ்டாலின் குணசேகரன்

நியூ செஞ்சுரி புக் ஹவுஸ் (பி) லிட்.,
41-பி, சிட்கோ இண்டஸ்டிரியல் எஸ்டேட்,
அம்பத்தூர், சென்னை- 600 050.
☎ : 044 - 26251968, 26258410, 48601884

Language: Tamil

Meyvaruttak Kooli Tharum

Author: **T. Stalin Gunasekaran**

First Edition: July, 2014

Second Edition: March, 2016

Revised Third Edition: November, 2019

Copyright: Author

No. of pages: 204

Publisher:

New Century Book House Pvt. Ltd.,

41-B, SIDCO Industrial Estate,

Ambattur, Chennai - 600 050.

Tamilnadu State, India.

Email: info@ncbh.in

Online: www.ncbhpublisher.in

ISBN: 978 - 8 - 234 - 2671 - 6

Code No. A 3018

₹ 195/-

Branches

Ambattur (H.O.) 044-26359906, **Spenzer Plaza (Chennai)** 044-28490027 **Trichy** 0431-2700885 **Pudukkottai** 04322- 227773 **Tanjore** 04362-231371 **Tirunelveli** 0462-4210990, 2323990 **Madurai** 0452 2344106, 4374106 **Dindigul** 0451-2432172 **Coimbatore** 0422-2380554 **Erode** 0424-2256667 **Salem** 0427-2450817 **Hosur** 04344-245726 **Krishnagiri** 0434-3234387 **Ooty** 0423 2441743 **Vellore** 0416-2234495 **Villupuram** 04146-227800 **Pondicherry** 0413-2280101 **Thiruvannamalai** 04175-223449

மெய்வருத்தக் கூலி தரும்

ஆசிரியர்: **த. ஸ்டாலின் குணசேகரன்**

முதல் பதிப்பு: ஜுன், 2014

இரண்டாம் பதிப்பு: மார்ச், 2016

திருத்தப்பட்ட மூன்றாம் பதிப்பு: நவம்பர், 2019

அச்சிட்டோர்: **பாவை பிரிண்டர்ஸ் (பி) லிட்.,**

16 (142), ஜானி ஜான் கான் சாலை, இராயப்பேட்டை, சென்னை - 14

☎: 044-28482441

All rights reserved. No part of this book may be reprinted or reproduced or utilised in any form or by any electronic, mechanical, or other means, now known or hereafter invented, including photocopying and recording, or in any information storage or retrieval system, without permission in writing from the publishers.

முதல் பதிப்பின் அணிந்துரை

ஒரு மயிலுக்கு ஒரு போர்வை ஈந்தான் பேகன் என்கிற மன்னன்; அவன் பெருமையைக் காலங்காலமாகப் போற்றிப் புகழ்ந்துகொண்டு இருக்கிறது தமிழ் இலக்கியம். ஒரு வயோதிகப் பிச்சைக்காரர் குளிர் தாங்காமல் உயிர்நீத்தார் என்று செய்தித்தாள் மூலம் அறிந்து அன்றிரவே இரவோடு இரவாக, நூற்றுக்கணக்கான பிச்சைக்காரர்களுக்கு, தான் யார் என்பதை அடையாளப்படுத்திக் கொள்ளாமல், போர்வைகளைப் போர்த்திச் செல்கிறார் ஒரு நண்பர்.

தாம் தொகுக்க முற்பட்ட ஒரு நூலுக்காக எம்.ஏ. ஈஸ்வரன் என்கிற முதுபெரும் விடுதலைப் போராட்ட வீரரின் புகைப்படத்தைத் தேடி அலைகிறார் ஓர் எழுத்தாளர். குறிப்பிட்ட புகைப்படத்தை அடையும் தறுவாயில் படத்தைக் கொடுத்து உதவிய முதியவருக்கு, மேல் சிகிச்சைக்காக குருதிக் கொடைக்கு ஏற்பாடு செய்ய முற்படுகிறார் எழுத்தாளர்; என்றாலும் கொடையை ஏற்காமலே உயிரை விடுகிறார் முதியவர்.

தன்னிடத்தில் ஏற்கெனவே ஓர் அலைபேசி இருந்தும் அதை விட நவீனமான அலைபேசியை விரும்பிக் கேட்டவுடன் பெற்றோர் வாங்கித் தரவில்லை என்று கோபித்துத் தற்கொலை செய்துகொள்கிறாள் ஒரு பள்ளி மாணவி!

இந்தச் செய்திகளை எல்லாம் நான் கேட்க நேர்ந்தது ஜூனியர் விகடன் 'செய்தியும் சிந்தனையும்' ஒலிச் சேவை வாயிலாக. உரைத்தவர் யார்?

சொல்லாமலே தெரியும் - ஸ்டாலின் குணசேகரன் அவர்கள்தாம்! மேலே கூறிய இரண்டாவது நிகழ்ச்சியில் இடம்பெற்ற எழுத்தாளரும் அவரே!

சமுதாய, தேச, மனிதாபிமான உணர்ச்சிமிக்க இந்த உரைகளைக் கேட்ட மாத்திரத்தில், அவரைச் சென்னை வானொலி ஒலிபரப்பும் 'இன்சொல் அமுது' சிற்றுரைத் தொடரில் இடம்பெறச் செய்ய வேண்டும் என்று விரும்பினேன்.

நாள்தோறும் வானொலி நிலையத்தில், நிகழ்ச்சி ஒருங்கிணைப்புக் கூட்டம் நடக்கும். அதன் இறுதியில் நான் படித்து, கேட்டு, பார்த்து ரசித்த என்னைப் பாதித்த விஷயங்களைப் பகிர்ந்து கொள்வதுண்டு.

அப்படி ஒருநாள், இந்த நிகழ்ச்சிகளை விவரித்து, 'இன்சொல் அமுது' நிகழ்ச்சியின் பொறுப்பாளர் அதியமான் அவர்களிடம், ஸ்டாலின் குணசேகரன் அவர்களை உடனே தொடர்புகொண்டு ஆவன செய்யும்படி கூறினேன். அவ்வாறே நடந்தது.

நிகழ்ச்சி ஒலிப்பதிவின்போது - அவருக்கும் அவசரம், எனக்கும் அவசரம் - அவசரகதியில் ஸ்டாலின் குணசேகரன் அவர்களை ஓரிரு நிமிடங்கள் சந்தித்தேன். அப்போது சொன்னார்: "இந்த நிகழ்ச்சித் தொடரில் இடம்பெறும் சிற்றுரைகளை, நூலாக வெளியிடுவேன். அந்த நூலுக்கு நீங்கள்தாம் அணிந்துரை எழுத வேண்டும்".

நானும் தலையை ஆட்டிவைத்தேன்.

நான் பணியிலிருந்து ஓய்வு பெற்று விட்டாலும்கூட, தாம் சொன்ன சொல் மறவாது, மாறாது அவ்வாறே அன்புக் கட்டளையிட்டார் இந்நூலாசிரியர். நானும் அடிபணிந்தேன்.

வானொலியில் தொடர்ந்து செவிமடுத்த நிகழ்ச்சி தான் என்றாலும், அந்த சிற்றுரைகளை திரும்பவும் நூல் வடிவில் வாசித்த போது...

ஆகா! முத்துக்குளித்த அனுபவம்தான் போங்கள்.

அத்தனையும் முத்துக்கள்; வெற்றுச்சிப்பிகள் ஏதும் இல்லை!

என்றாலும் அவற்றில் பல வலம்புரி முத்துக்கள் உண்டு;

1. ஆட்டோவில் தொலைத்த 20,000 ரூபாய்
2. கிராமத்தை ஏற்க மறுத்த உ.வே.சா
3. வ.உ.சி. எழுதிய வாக்குறுதிக் கடிதங்கள்
4. மயில்சாமி அண்ணாதுரையின் குருவணக்கம்
5. பாண்டியன் நெடுஞ்செழியன் போல, உயிர் ஈந்து நேர்செய்த மாணவி
6. புத்தகத்தை அடமானம் பெற்ற வியாபாரி
7. மரணத்தில் போட்டியிட்ட இளைஞர்கள்
8. காலையில் கற்று மாலையில் கற்பித்த பாபர் அலி
9. பாத்திரத்தின் மரணத்துக்காகத் துக்கம் காத்த எழுத்தாளர்
10. காந்தியடிகள் தேடிச்சென்ற ஜீவா
11. ஆசிரியரின் நம்பிக்கை காத்த மாணவன்

இப்படி மனித மாண்புகளை - நன்றியுணர்வு, மனிதா பிமானம், தேசப்பற்று, சமுதாய அர்ப்பணிப்பு, மனஉறுதி ஆகியவற்றை ஏற்றியும் போற்றியும் கூறிச் செல்லும், நெஞ்சைத்தொடும் நிகழ்ச்சிகள் மேலும் பல!

யாம் பெற்ற இன்பம் தாங்களும் பெறுவீர்!

க.பொ.சீநிவாசன்
கூடுதல் தலைமை இயக்குநர். (ஓய்வு)
அகில இந்திய வானொலி (தென் மண்டலம்),
சென்னை.

முன்னுரை

கோவை வானொலியில் தினசரி காலை ஐந்து நிமிடங்கள் வீதம் 31 நாட்களும் இதனையடுத்து சென்னை வானொலியில் தினசரி காலை ஐந்து நிமிடங்கள் வீதம் 30 நாட்களும் சிற்றுரை நிகழ்த்தும் வாய்ப்புக் கிடைத்தது. இதற்கு முன்பும் பின்பும் பலமுறை இதே வானொலிகளில் உரைநிகழ்த்து வதற்கோ, பேட்டியளிப்பதற்கோ, கருத்துச் சொல் வதற்கோ வாய்ப்புக் கிடைத்திருந்தாலும் இந்த 61 நாட்கள் நிகழ்த்தப்பட்ட உரைகள் சற்று வித்தியாச மானவை.

படித்ததில் பிடித்த அம்சங்கள், பட்டுணர்ந்த நிகழ்ச்சிகள், எம் வாழ்வில் நடந்த சுவாரஸ்யமான நிகழ்வுகள் ஆகியவற்றை இந்த உரைகளுக்கு அடிப்படைகளாக்கிக் கொண்டேன்.

'நான்', 'என்', 'எனது' என்று நேரடியாகச் சொல்வது வானொலிப் பேச்சின் மரபாகாது என்பதால் எனக்கு ஏற்பட்ட நேரடி அனுபவங்களைக் கூட துளியும் கற்பனை சேர்க்காமல் எனது நண்பனுக்கு ஏற்பட்ட அனுபவமாகச் சொல்லியுள்ளேன்.

உண்மையாகவே வேறு ஒரு நண்பரின் வாழ்வில் நடைபெற்ற நிகழ்ச்சியைக் கூட அந்நண்பரின் பெயரைச் சொல்லி உரையை அமைப்பதை வானொலியின் விதிமுறைகள் அவ்வளவாக ஏற்ப தில்லை. அவ்வாறு சூழல் ஏற்படுகிறபோதெல்லாம்

'ஒரு நண்பர்' என்று பொதுவாக உரைகளில் குறிப் பிட்டுள்ளேன்.

அப்போது வானொலியில் நிகழ்த்திய உரைகள் இப்போது நூலாக வெளிவருகிற நிலையில் அத்தகைய உரைகளின் இறுதியில் பின்குறிப்பாக அவ்வுரை களின் பின்புலத்தை ஓரளவு மிகச் சுருக்கமாக வாசகர் களுக்கு மேலும் தெளிவு கிடைக்கப் பெறும் நோக்கில் குறிப்பிட்டுள்ளேன்.

இத்தகைய வாய்ப்பினை எமக்கு வழங்கிய அன்றைய கோவை வானொலி நிலைய நிகழ்ச்சி அமைப்பாளர் திரு நா.தமிழ்வாணன் அவர்களுக்கும், சென்னை வானொலி நிலைய நிகழ்ச்சி அமைப்பாளர் திரு. பழ.அதியமான் அவர்களுக்கும் மனமார்ந்த நன்றியைத் தெரிவித்துக் கொள்கிறேன்.

சென்னை வானொலியில் 'இன்சொல் அமுது' என்ற நிகழ்ச்சியில் தொடர்ந்து உரை நிகழ்த்த நான் அழைக்கப்பட்டதற்குக் காரணமாக இருந்தவர் அன்றைய அகில இந்திய வானொலியின் தென் மண்டல கூடுதல் தலைமை இயக்குனர் திரு.க.பொ. சீநிவாசன் அவர்கள். அவரே இந்நூலுக்கு முன்னுரை எழுத சாலப்பொருத்தமானவர் என்று கருதி அவரிடம் கேட்ட போது இன்முகத்துடன் அப்பொறுப்பை நிறைவேற்றித் தந்துள்ளார். மரியாதைக்குரிய திரு.க.பொ.சீநிவாசன் அவர் களுக்கு நன்றியைக் காணிக்கையாக்குகிறேன்.

சில ஆண்டுகளுக்கு முன்பு சென்னை வானொலியில் நிகழ்ச்சிப் பொறுப்பாளராக விளங்கியபோது எமது 30 சிற்றுரைகளைப் பதிவு செய்த திரு பழ. அதியமான் அவர்கள் கோடைப்பண்பலையின் நிலைய இயக்குனராக மாற்றலாகியிருந்தார். கோடைப் பண்பலையின் 'வானவில்' என்ற ஒருமணி நேர நேரலைச் சிறப்பு நேர்காணல் நிகழ்ச்சியில் பங்கேற்க கொடைக்கானல் மலையிலுள்ள கோடைப்பண்பலை நிலையத்திற்கு எம்மை இரண்டு, மூன்று முறை அழைத்துள்ளார்.

பின்னொரு நாளில் ஈரோட்டிற்கு வேறு பதிவுகளுக் காக வந்திருந்த திரு பழ. அதியமான் அவர்கள் எமது அலுவலகத்திற்கு நிலையத் துணை இயக்குனருடன் வருகை புரிந்தார். பத்து சிற்றுரைகள் நிகழ்த்த வேண்டுமென்றும் அவற்றை அங்கேயே பதிவு செய்வ தாகவும் தெரிவித்தார்.

என்ன தலைப்பில் பேச வேண்டும் என்று அவரிடம் கேட்டபோது தான் ஒவ்வொரு தலைப்பாகச் சொல்வதாகவும் உரை பதிவானவுடன் அடுத்தடுத்த தலைப்புகளைச் சொல்வதாகவும் கூறி தலைப்புகளை ஒன்றன்பின் ஒன்றாகத் தெரிவித்தார். சிற்றுரைகள் பதிவு செய்யப்பட்டன. இவ்வுரைகள் யாவும் கோடைப்பண்பலையின் 'விடியல் சிந்தனை' நிகழ்ச்சியில் பல சந்தர்ப்பங்களில் ஒலிபரப்பப் பட்டுள்ளன.

இந்நூலின் முதல் பதிப்பு வந்த பிறகு பதிவு செய்யப் பட்ட இவ்வுரைகள் இப்பதிப்பின் கடைசிப் பகுதி களில் சேர்க்கப்பட்டுள்ளன.

இந்நூல் உருவாக்கத்தில் குறுந்தகடிலுள்ள அனைத்து உரைகளையும் கேட்டுக்கேட்டு அவற்றைத் தட்டச்சு செய்யப்பட்ட உரையுடன் சரிபார்த்ததிலிருந்து சகலவிதத்திலும் உதவிட்ட திரைப்பட உதவி இயக்குனர் அன்பிற்குரிய மா. காளிராஜுக்கு நன்றி. எனது அனைத்துப் படைப்புகளையும் வெளிக் கொண்டு வருவதிலும் நான் புதிய படைப்புகளை உருவாக்க வேண்டுமென்பதிலும் அக்கறை காட்டு வதோடு இந்நூலுக்கு மட்டுமல்ல என்னுடைய அனைத்து நூல்களுக்கும் பல்லாற்றானும் உதவி வருகிற திரைப்பட இயக்குனரும் மக்கள் சிந்தனைப் பேரவையின் செயலாளருமான திரு ந. அன்பரசு அவர்களுக்கு நன்றி.

ஆர்வத்தோடும் ஈடுபாட்டோடும் இந்நூலை மிகச் சிறப்பாக வெளிக்கொண்டு வந்திருக்கிற புகழ்பூத்த புத்தக நிறுவனமான **நியூ செஞ்சுரி புக் ஹவுஸ்**

நிறுவனத்திற்கு மனமார்ந்த நன்றியைத் தெரிவித்துக் கொள்கிறேன். இரண்டாம் பதிப்பாக இந்நூலைக் கொண்டு வர ஆர்வம் காட்டிய என்.சி.பி.எச். நிறுவனத்தின் மேலாண்மை இயக்குனர் திரு **சண்முகம் சரவணன்** அவர்களுக்கு நன்றி. இந்நூலை வரவேற்று வாங்கி - வாசித்ததன் மூலம் இரண்டாம் பதிப்புக்கு வழிவகுத்துள்ள வாசகப் பெருமக்களுக்கு மனமார்ந்த நன்றிகள். வாசகர்கள் அளிக்கும் உற்சாகமும் உத்வேகமும் தான் அடுத்தடுத்த படைப்புக்களுக்கு வழிவகுக்கும் என்பதில் சந்தேகமில்லை.

இப்படிக்கு,
த.ஸ்டாலின் குணசேகரன்

வீரப்பன் சத்திரம் (அஞ்சல்),
27- மாணிக்கம் பாளையம்,
ஈரோடு 638 004

பொருளடக்கம்

1.	ஓயாத ஒற்றர் படை	13
2.	வரலாறும் கனவும்	16
3.	மனித நேயம்	19
4.	புத்தகமெனும் புரட்சியாளன்	22
5.	இரட்டைக்குழல் துப்பாக்கி	25
6.	யாரை மன்னிப்பது?	28
7.	தாய்மொழி	31
8.	அக்னிச் சிறகும் அறுபது ரூபாயும்	34
9.	பகத்சிங்கின் அஹிம்சை	37
10.	தலைமை ஆசிரியன்	40
11.	கைலாச முதலியாரின் மரணம்	43
12.	இன்றைய பதிவு நாளைய வரலாறு	46
13.	சட்டமா? மனமாற்றமா?	49
14.	மன உறுதி கொண்டோரின் வாக்குறுதி	52
15.	கொள்கையில் உறுதி	55
16.	காலம் உருவாக்கிய புத்தகங்கள்	57
17.	சவரக் கத்தி	61
18.	அறிவா? அன்பா?	64
19.	இளமைக்கு இலக்கணம்	67
20.	மக்கள் இலக்கியத்தின் முன்னோடி	70
21.	மாலுமிகளின் முழக்கம்	73
22.	மக்களின் கவிஞர்	76
23.	உழைப்புக் களஞ்சியம்	79
24.	ஒரு சந்திப்பு சரித்திரமானது	82
25.	பாணபுரத்து வீரன்	85
26.	கொடுப்பதால் குறைவதில்லை	88
27.	எங்கிருந்தாலும் வாழ்க!	91
28.	தத்துவமும் செயல்பாடும்	94
29.	வாழும் வரலாறு	97
30.	முடியாதது முயலாததே!	100

31.	புரட்சித் துறவி	103
32.	ஈராயிரம் ஆண்டுகள்	106
33.	உயர்வும் தாழ்வும்	109
34.	வசப்படும் வாய்ப்பு	112
35.	சகாப்தத்தை சந்தித்து...	114
36.	விசாரிக்காத விசாரணை	117
37.	வீரத்தாய்	120
38.	மெய்வருத்தக் கூலி தரும்	123
39.	கைதியே கலெக்டரா?	126
40.	நன்றி மறப்பதா?	129
41.	விழிப்புணர்வூட்டிய தமிழர்	132
42.	மணியோசை	135
43.	வேரை மறவாத விழுது	138
44.	பத்தாயிரம் ஆண்டுப் பாரம்பரியம்	141
45.	நிற்க அதற்குத் தக	144
46.	செய்வன திருந்தச் செய்!	147
47.	உள்ளிருந்து எரிக்கும் தீ!	150
48.	கிராமமே பரிசு	153
49.	ரத்தம் சிந்தியவருக்கு ரத்தமில்லையா?	156
50.	அறிவியலின் அடித்தளம்	159
51.	ஓர் இரவு... ஒரு நாடகம்!	162
52.	அறிவாலயம்	165
53.	ரத்தபாசம்	168
54.	அதிர்ச்சியடைந்த ஆசிரியர்	171
55.	கேட்டாரே ஒரு கேள்வி	174
56.	அறச்சீற்றம்	176
57.	உடல் மொழி!	179
58.	உயிரூட்டி!	181
59.	உழைப்பின் சுவை!	184
60.	ஓடி விளையாடு!	187
61.	தன்னம்பிக்கை ஊற்று!	190
62.	புதியன விரும்பு!	193
63.	பெரிதினும் பெரிது!	195
64.	மொழிதலும் எழுதுதலும்!	198
65.	வெல்லும் தலைமை!	201

1

ஓயாத ஒற்றர் படை

நேதாஜி சுபாஷ் சந்திரபோஸின் தலைமையிலான இந்திய தேசிய இராணுவம் கிடுகிடுவென வளரத் தொடங்கியது. நாட்டின் இராணுவத்திற்கு ஏற்படுத்தப்படும் பல பிரிவுகளான போக்குவரத்து, மருத்துவம், தலைமை அலுவலகம், வருவாய் ஏற்படுத்துவதற்கான தனிச்சட்டம் என்று பல துறைகள் தனித்தனியாக நிர்வாக வசதிக்காக ஏற்படுத்தப்பட்டது. இராணுவத்திற்கு மிகவும் முக்கியமாகத் தேவைப்படுவது ஒற்றர் பிரிவு. அத்தகைய திறமை வாய்ந்த ஒற்றர் பிரிவு ஒன்று அர்ப்பணிப்பு உணர்வு மிகுந்த சாவுக்கு அஞ்சாத தேசபக்த இளைஞர்களைக் கொண்டு ஐ.என்.ஏ. வுக்கென்று உருவாக்கப்பட்டது.

ஐ.என்.ஏ இராணுவ வீரர்களுக்கு பிரிட்டிஷ் இந்திய இராணுவத்தினர் அளவுக்கு இல்லாவிடினும், ஓரளவு சம்பளம் கொடுக்கவும் தக்க ஏற்பாடுகள் செய்யப்பட்டன. இராணுவத் தலைமைத் தளபதிகள் உயர் பொறுப்பிற்கான பதவிகளை ஏற்றுக்கொண்டு மிடுக்காகச் செயல்படத் தொடங்கினர்.

'இந்திய சுவராஜ் நிறுவனம்' என்ற ஐ.என்.ஏ. வின் அமைப்பு பினாங்கில் செயல்பட்டு வந்தது. இந்த

நிறுவனத்தில் பயிற்சியெடுக்க தங்கள் உயிரை தேசத்திற்காக அர்ப்பணிக்கத் தயாராக இருந்த அப்பழுக்கற்ற இளைஞர்கள் ஒவ்வொருவராக தானாக முன்வந்து சேர்ந்தனர். இந்த நிறுவனத்தில் ஒற்றர் படையில் சேர்ந்தவர்களுக்கு தீவிரப் பயிற்சியளிக்கப்பட்டது. ஒற்றர் படை இராணுவத்தின் ரகசியப் பிரிவாகக் கருதப்பட்டு, இப்படை பற்றிய செய்திகளையும் இதில் இணைந்தோர் பற்றிய விவரங்களையும் மிகவும் இரகசியமாகப் பாதுகாக்கப்பட்டது.

இங்கு கடுமையான உடற்பயிற்சிகளும் சொல்லிக் கொடுக்கப்பட்டதோடு ஒயர்லெஸ் கருவிகளை இயக்குதல், வித்தியாசமான போர்முறைகளைக் கற்றுத் தருதல் போன்ற வற்றிற்கும் முக்கியத்துவம் கொடுக்கப்பட்டன. சிங்கப்பூர், ஜப்பான் போன்ற வெளிநாடுகளிலிருந்து நீர் மூழ்கிக் கப்பல் மூலமாகவும், பாராசூட்டுகள் மூலமாகவும் இந்தியாவிற்குள் வந்து இங்குள்ள பொதுமக்களை ஆங்கிலேய ஆட்சிக்கெதிராக எழுச்சி கொள்ளச் செய்யும் முறைகளும் பயிற்சிகளாக இந்திய சுவராஜ் நிறுவனத்தில் மேற்கொள்ளப்பட்டன.

பயிற்சி பெற்ற ஒற்றர் படையினர் பல குழுக்களாகப் பிரிந்து இந்தியாவின் பல பகுதிகளுக்குச் சென்றடைந்தனர். எந்தப் பொது மக்களுக்காக இவ்வாறு பயிற்சி பெற்று இந்நாட்டிற்குள் அரும்பாடுபட்டு நுழைந்தனரோ அந்தப் பொதுமக்களில் சிலரே நீர்மூழ்கிக் கப்பல்கள் மூலம் இந்தியக் கடற்கரைகளை அடைந்தபோது சில குழுக்களில் இடம்பெற்ற இளைஞர்கள் சிலரைப் பிடித்து விசுவாசமாக பிரிட்டிஷ் காவல்துறையிடம் ஒப்படைத்த கொடுமையும் நடைபெற்றது. இந்த வீர இளைஞர் களுக்குத் தூக்குத் தண்டனையும் இவர்களைப் பிடித்துக் கொடுத்தவர்களுக்குத் தங்கப்பதக்கங்களையும் வழங்கியது பிரிட்டிஷ் அரசு.

இவ்வாறு ஐ.என்.ஏ.வின் ஒற்றர் படைப் பிரிவு ஒன்றில் இடம் பெற்ற தேசபக்தரான அப்துல்காதர் தனது தாயிற்கு எழுதிய கடிதத்தில் "அமைதியும் சாந்தமும் நிறைந்த மனதை அல்லா எனக்கு இப்போது வழங்கியுள்ளார். நாட்டுக்காக நான் என் வாழ்வை இழக்கிறேன். நீங்கள் உங்கள் மகனான என்னை இழக்கிறீர்கள். நாளை காலை 6 மணிக்கு இந்த உயிர் நின்று விடும். இந்தக் கரங்கள் எழுதாது. இதயம் துடிக்காது. நாட்டுக்காக உயிரை விட்ட முழு நிலவைப் போன்றவர்களுக்கு

முன்பு நான் மிகச் சிறிய மெழுகுவர்த்தி. ரம்ஜான் 7ஆம் தேதி வெள்ளிக்கிழமை காலை 5 மணிக்கும் 6 மணிக்கும் இடையில் நான் மரணம் அடைவேன். இதோ... கடிகாரம் 12 அடிக்கிறது. என் மரணத்தின் முதல் கட்டம் ஆரம்பித்து விட்டது. என்றேனும் ஒருநாள் உங்கள் மகன் தைரியத்துடன் மரணத்தைச் சந்தித்தான் என்பதை நீங்கள் அறிவீர்கள். மணி அடிக்கிறது... மரணம் எதிர்கொள்கிறது" என்று உருக்கமாக எழுதியுள்ளார்.

அப்துல் காதரோடு கைது செய்யப்பட்ட ஐந்து வீரர்களும் சென்னை சிறையில் திட்டமிட்டவாறு தூக்கிலிடப்பட்டனர். சிட்டகாங்கில் இதேபோன்று ஒற்றர் படையைச் சார்ந்த டி.பி. குமரன்நாயர், ராமுத்தேவர், சேதுமாதவன் ஆகிய மூன்று இளைஞர்களும் கைது செய்யப்பட்டு சென்னை சிறையில் அடைக்கப்பட்டு விசாரணை நாடகம் நிகழ்த்தப்பட்டு அதே சென்னை சிறையில் 7. 7. 1944 -ஆம் தேதி தூக்கிலிடப்பட்டனர். இதில் இராமுத்தேவர் என்ற தமிழ்நாட்டைச் சேர்ந்த ஐ.என்.ஏ வீரருக்கு 18 வயதுதான்ஆயிற்று. 18 வயதுத் தமிழ் இளைஞன் ராமுத்தேவர் விடுதலைப் போராட்டக் களப்போரில் சென்னை சிறையில் வெள்ளை வெறியர்களால் தூக்கிலிடப்பட்ட செய்தி இதே தமிழ்நாட்டைச் சேர்ந்த எத்தனை இளைஞர்களுக்குத் தெரியும்? அல்லது தெரிவிக்கப்பட்டிருக்கிறது.

என்ன விலை கொடுத்து விடுதலையைப் பெற்றோம் என்று அனைத்து இளைஞர்களும் முழுமையாக அறிகிற போதுதான் என்ன விலை கொடுத்தும் இது பாதுகாக்க வேண்டும் என்ற எண்ணமும் இக்கால இளைஞர்களுக்கு உருவாகும்.

2

வரலாறும் கனவும்

"வரலாற்றுப் பெருமிதம் கொண்ட இளைஞர்கள் எந்த நாட்டில் அதிகமாக இருக்கின்றனரோ, நிகழ் காலம் குறித்த கவலையை நெஞ்சிலே தேக்கி வைத் திருக்கிற இளைஞர்கள் எந்த நாட்டில் அதிகமாக இருக்கின்றனரோ, எதிர்காலம் குறித்த கனவைச் சுமந்துகொண்டிருக்கிற இளைஞர்கள் எந்த நாட்டில் அதிகமாக இருக்கின்றனரோ அந்த நாட்டின் வளர்ச்சியை எவராலும் தடுத்து நிறுத்த முடியாது" என்று மகான் அரவிந்தர் சொல்லியிருக்கிறார்.

வரலாற்றுப் பெருமையும் பெருமிதமும் கொள்வதற்கு நமக்கு ஏராளமான அடிப்படைகள் இருக்கின்றன. நீண்ட பாரம்பரியமும் நெடிய வரலாறும் கொண்ட நாட்டில் நாம் வாழ்ந்துகொண்டிருக்கிறோம்.

அமெரிக்கா போன்ற முன்னேறிய நாடுகளுக்கு ஐநூறாண்டு கால வரலாறு கூட இல்லை. வெறும் நாடு தோன்றிய வரலாறு மட்டுமல்லாது புத்தர், விவேகானந்தர், காந்தியடிகள் போன்ற புண்ணிய மூர்த்திகளின் பிறப்பிடமாக நம்முடைய மண் திகழ்வது இன்னும் பெருமைப்படத்தக்கதாகும். அத்தோடு நம் தமிழ்மொழியும், தமிழில் தோன்றிய

திருக்குறள் போன்ற படைப்புகளின் பெருமையும் நம்மை நெஞ்சை நிமிர வைப்பவையாகும்.

இத்தகைய பெருமைகளை உள்ளடக்கிய சமூகத்தில் தற்போது நிலவுகிற நிகழ்கால நிகழ்ச்சிகளில் அல்லவை இருக்குமெனில் அவை குறித்த கவலையும், அவற்றையும் போக்குகிற சிந்தனையும் இன்றைய இளைஞர்களுக்கு அவசியம் தேவைப் படுகிறது.

இந்த இரண்டு சிந்தனைகளையும் உள்ளத்தில் தேக்கி வைத்திருப்பதோடு எதிர்காலம் குறித்த கனவை சுமப்பவன்தான் உயிரோட்டமுள்ள இளைஞன்.

'நாம் தூங்குகிற போது காண்பதல்ல கனவு', 'நம்மைத் தூங்கவிடாமல் செய்வதுதான் கனவு' என்று கனவுக்கு புதிய இலக்கணம் வகுத்தார் முன்னாள் குடியரசுத் தலைவர் மேதகு ஏ.பி.ஜெ. அப்துல்கலாம் அவர்கள்.

உலகத்தின் போக்கை சரியான கோணத்தில் உள்வாங்கிக் கொண்டு தன் நாட்டை எந்தத் திசையில் இட்டுச் சென்றால் உலகத்தின் உச்சிக்கு நகர்த்திச் செல்ல முடியும் என்று ஆழ்ந்து சிந்திப்பது கூட ஒரு தேசபக்தக் கனவுதான்.

தனிமனிதன் தன்னுடைய முயற்சியும் வளர்ச்சியும் எத்தகையதாக எதிர்காலத்தில் இருக்க வேண்டும் என்பதைத் தீர்க்கமாகத் தீர்மானித்து அதற்கான செயல்திட்டத்தை வகுத்து களத்தில் இறங்குவது கூட கனவை நனவாக்க மேற்கொள்ளும் கடும் முயற்சிதான்.

வெறும் கனவு கானல் நீராகத்தான் முடியும். சாதாரணக் கனவு காலம்பூராவிலும் கனவாகவே இருந்து நம்மைக் காலாவதியாக்கிவிடும். இலட்சியக்கனவு மட்டுமே நிச்சயம் நனவாகும்.

'ஆடுவோமே பள்ளுப் பாடுவோமே
ஆனந்த சுதந்திரம அடைந்து விட்டோமென்று!'

என்று சுதந்திரம் கிடைப்பதற்கு முன்பே கிடைத்துவிட்டது போன்ற கனவில் ஆழ்ந்து ஆனந்த கூத்தாடினான் பாரதி. பாரதியின் கனவு அவனுக்கான கனவாக இருக்கவில்லை. அவன் வாழ்ந்த மண்ணிற்கான கனவாகவே உதித்தது. அவன் மண்ணோடு மண்ணாக மக்கிப்போன பின்பும் அவனது கனவுக்கு உயிர்

இருந்தது. ஆகவேதான் அவன் மறைந்து பல்லாண்டுகளுக்குப் பிறகு அவனது கனவு பலித்தது. இலட்சியக் கனவுக்கு மரண மென்பதே இல்லை. ஜனனம் என்பதே அதற்கான எல்லை.

ஒவ்வொரு இளைஞனின் கனவிலும் உண்மையும் சத்தியமும் ஊடும் பாவுமாக கலந்திருக்குமெனில் அது தனிப்பட்ட வாழ்க்கைக்கான கனவாக இருப்பினும், ஒட்டு மொத்த சமூகத் திற்கான கனவாக இருப்பினும் நனவாவது உறுதி.

3
மனித நேயம்

மானுடப் பிறவி என்பது நமக்குக் கிடைத்தற்கரிய பிறவி. அதில் நாம் பேணி பாதுகாக்க வேண்டியது மனிதநேயம், பிற மனிதர்கள் மீது நாம் காட்டும் அன்பு.

அன்றாடம் காலைப்பொழுதில் செய்தித்தாளை மற்றவர்கள் வாசிப்பதைப் போலவேதான் கோவையைச் சார்ந்த இளைஞர் ஒருவரும் அன்றைய தினம் செய்தித்தாள் வாசித்துக்கொண்டிருந்தார்.

பேரூர் தமிழ்க் கல்லூரிக்கு பக்கத்தில் இரண்டு முதியவர்கள் வெட்ட வெளியில் கொட்டும் பனியில் படுத்திருந்தவர்கள், குளிர் தாங்காமல் விடிவதற்குள் இறந்து போய்விட்டனர் என்ற செய்தி ஒரு சிறிய பெட்டிச் செய்தியாக அந்தச் செய்தித்தாளில் வெளியாகியிருந்தது. பல செய்திகளை ஒன்றன் பின் ஒன்றாக வாசித்துக்கொண்டே வந்த அந்த இளைஞர் முதியவர்கள் இருவர் இறந்த செய்தியையும் வாசித்தார். இந்தச் செய்தியைப் படித்தவர் அடுத்த செய்திக்குத் தாவிப் போக மனமில்லாமல் மீண்டும் இரண்டு முறை இந்தச் செய்தியை திரும்பத் திரும்ப வாசித்தார். இந்தச் செய்தி இவரை என்னென்னவோ செய்தது.

குள்ளக் குடிசைகூட ஒதுங்குவதற்கு இல்லாமல் இருக்கிற இவர்களின் வாழ்நிலையைப் பற்றி மனதிற்குள் எண்ணியவாறே மேற்கொண்டு செய்தித்தாளை வாசிக்க எண்ணாதவராக, சிறிது நேரம் யோசித்துக்கொண்டிருந்தார்.

நாற்பத்தைந்து வயது மதிக்கத்தக்க அந்த மனிதர் கோவையில் ஒரு சிறு தொழில் நடத்தி வருகிறார். ஏழை இல்லை என்று வேண்டுமானால் அவரைச் சொல்லலாம்.

செய்தித் தாளைப் படித்துவிட்டு சற்று நேரம் அமைதி காத்த அவர் ஏதோ அவருக்கு ஒரு பிடி கிடைத்துவிட்டதைப் போல் உணர்ந்து கரூரில் உள்ள அவரைப் போலவே தொழில் செய்து கொண்டிருக்கும் அவரின் நண்பர் ஒருவருக்கு தொலைபேசியில் தொடர்பு கொண்டார். "ஐநூறு போர்வை உடனடியாக எனக்கு கோவைக்கு அனுப்பி வையுங்கள் - கடும் குளிராக இருந்தாலும் நன்றாக தாங்குகிற கெட்டியான போர்வையாக இருக்க வேண்டும். விலை கொஞ்சம் கூடுதலாக இருந்தாலும் கூட பரவாயில்லை" என்று கூறினார்.

கரூரிலிருந்து கார் மூலம் அன்று இரவு எட்டு மணிக்கெல் லாம், கேட்டுக்கொண்டது போலவே போர்வைகள் வந்து சேர்ந்தன.

பதினோரு மணிக்கும் மேல் மக்கள் நடமாட்டமெல்லாம் மிகவும் குறையத் தொடங்கிவிட்ட பின்னர் தன்னுடைய காரில் போர்வைகள் அனைத்தையும் எடுத்துப் போட்டார் அந்த இளைஞர். இன்னொரு நண்பரை உதவிக்கு உடன் அழைத்துக் கொண்டு புறப்பட்டார். எங்கெல்லாம் அனாதைகளாக ஆதர வற்றவர்களாக கேட்பாரற்றவர்களாக மனிதர்கள் வெட்ட வெளியில் குளிரில் படுத்துக் கிடக்கிறார்களோ, அங்கெல்லாம் சென்று அவர்களுக்கு நண்பர்கள் இருவரும் வரிசையாகப் போர்வைகளைப் போர்த்திவிட்டுக்கொண்டே வந்தனர்.

விடிந்தும் விடியாத விடியற்காலையில் கடைசிப் போர்வையைப் போர்த்திவிட்டனர். சில நாட்கள் கழித்து உடன் சென்ற நண்பர் இச்செய்தியை எம்மிடம் பேச்சுவாக்கில் கூற, துருவித் துருவிக் கேட்டு முழு விபரத்தையும் நான் அறிந்துகொண்டேன்.

அப்போதும் கூட அந்த நண்பர் என்னிடம் நடந்தவை பற்றி பெரிதாக ஒன்றும் கூறாமல் ஓர் ஆழமான கருத்தைத் தெரிவிப்பதில் தான் ஆர்வம் காட்டினார்.

சில ஆண்டுகளுக்கு முன்பு விவேகானந்தரின் வாக்கியம் ஒன்றைப் படித்தாராம். "நீ யாருக்கு உதவி செய்கிறாயோ அவர் முகம் உனக்குத் தெரியக் கூடாது. உன் முகம் உன்னிடம் உதவி பெறக் கூடியவருக்குத் தெரியக்கூடாது" என்பதே அப்பொன் மொழி.

"இது எப்படி சாத்தியம் என்று எனக்குள் ஒரு கேள்வியை எழுப்பிக்கொண்டேயிருந்த எனக்கு தற்போது விடை கிடைத்து விட்டது" என்று அந்த நண்பர் தெரிவித்தார்.

"என் முகம் போர்வை போர்த்திக் கொண்டவர்களுக்குத் தெரியாது போர்வை போர்த்திக் கொண்டவர்களின் முகம் எனக்குத் தெரியாது" என்று வியந்து வியந்து கூறினார் எனது நண்பர்.

மனித நேயம் ... மனிதாபிமானம் ஆகியவை மிக உயர்ந்த வாழ்வியல் பண்புகள் ஆகும். இத்தகைய உயர்ந்த பண்புள்ள வர்களின், பிறர் உணர்வை மதிக்கும் மாண்பு வீட்டிற்கும் நாட்டிற்கும் நன்மை பயப்பதாகும்.

இந்த நிகழ்ச்சி சில ஆண்டுகளுக்கு முன்பு நடந்ததாகும். இதில் வருகிற இளைஞரின் பெயர் விஸ்வநாதன். இவர் அன்றைய ஈரோடு செங்குந்தர் உயர்நிலைப்பள்ளியில் படித்துக் கொண்டிருந்த காலகட்டத்திலிருந்தே நூலாசிரியரின் நண்பர். நூலாசிரியர் தனது பள்ளிப் பருவத்தில் தொடங்கி நடத்தி வந்த 'பகத்சிங் இளைஞர் மன்றம்' என்ற அமைப்பின் உறுப்பினராக இருந்து செயல்பட்டவர். தற்போது கோவையில் தொழில் நடத்தி வருவதோடு சில சமூக நல அமைப்புகளில் அங்கம் பெற்று செயல்பட்டு வருகிறார். நூலாசிரியர் தலைமையில் இயங்கும் 'மக்கள் சிந்தனைப் பேரவை'யிலும் இணைந்து செயல்படுகிறார்.

4

புத்தகமெனும் புரட்சியாளன்

நல்ல புத்தகங்களை வாசித்தால் மனதில் உறுதி பிறக்கும். மிகச்சிறந்த நூல்களை வாசிப்பவர்கள் உலகை நேசிப்பவர்களாக விளங்குவர். உயிரோட்டமான புத்தகங்கள் அவற்றை வாசிக்கும் மனிதர்களின் நெஞ்சில் உரமேற்றும் வல்லமை மிக்கவை.

இந்திய விடுதலைப் போராட்டத்தில் ஈடுபட்டு இளைஞர்களைத் தட்டியெழுப்பி ஆயிரக்கணக்கான துடிப்புமிக்க இளைஞர்களை விடுதலைப் போர்க்களத்தில் குதிக்க வைத்த காரணத்தினால் விடிவெள்ளியாக விளங்கிய பகத்சிங், ராஜகுரு, சுகதேவ் ஆகிய மூன்று இளைஞர் படையின் எழுச்சித் தளபதிகளும் அன்றைய ஆங்கிலேய அரசால் தூக்கிலிடப்பட்டனர்.

வழக்கு இறுதிக்கட்டத்தில் நீதிமன்றத்தில் நடந்து கொண்டிருந்த போதே தனக்கு தூக்கு தண்டனை உறுதி என்று தெரிந்த நிலையிலும் மாவீரன் பகத்சிங் புதிய புத்தகங்களைப் படிப்பதில் மிகவும் ஆர்வமாக இருந்தான்.

பகத்சிங் தனது நண்பன் ஜெயகோபாலுக்கு எழுதிய கடிதத்தில் 'மக்கள் ஏன் போராடுகிறார்கள்',

'இரண்டாம் அகிலத்தின் வீழ்ச்சி', 'பிரான்சில் உள்நாட்டுப் போர்', 'விவசாயிகளின் எழுச்சி மற்றும் கடன் தொல்லைகள்' போன்ற புத்தகங்களின் பெயர்களைப் பட்டியலிட்டு அப்புத்தகங் களை தனது தம்பி குல்பீர் மூலம் கொடுத்தனுப்ப வேண்டினான்.

எந்தப் புத்தகமாக இருந்தாலும் அவற்றைப் பார்த்துப் பரிசீலித்துவிட்டுத்தான் கைதிகளிடம் கொடுக்கவேண்டும் என்பது சிறைச்சாலை விதி.

அவ்வாறு பரிசோதனை செய்வதற்கான அதிகாரி பகத்சிங்கைப் பார்த்து "இத்தனைப் புத்தகங்களையும் நீ படிக்கப் போகிறாயா... புத்தகங்களைப் புரட்டிப் பார்த்து சோதனை செய்து உன்னிடம் கொடுப்பதற்கே இதற்கென்றே சம்பளம் வாங்குகிற எனக்கு இவ்வளவு சிரமமாக இருக்கிறதே!" என்று கூறினார்.

"கண்டிப்பாக அனைத்துப் புத்தகங்களையும் முறையாக வாசிப்பேன். சந்தேகமிருந்தால் நீங்கள் ஒன்று செய்யுங்கள். இதற்கு முன்பு நான் கேட்டு வரவைத்த புத்தகங்கள் ஏராளமாக இங்கு இருக்கின்றன. அவற்றில் உங்களுக்கு விருப்பமான ஏதேனும் ஒரு புத்தகத்தையெடுத்து ஏதேனும் ஓர் அத்தியாயத் தில் ஏதேனும் ஒரு கேள்வி கேளுங்கள். நான் உறுதியாக மிகச் சரியான பதிலைச் சொல்வேன். வெறும் வாசிப்பது மட்டுமல்ல. அப்புத்தகங்களை நேசித்து வாசிக்கிறேன். ஈடுபாட்டோடு படிக்கிறேன். ஆகவே அப்புத்தகத்தில் உள்ள விபரங்கள் என் நெஞ்சில் பதிந்து கிடக்கிறது" என்று அழுத்தமாக பதில் கூறினான் பகத்சிங்.

முழு விசாரணை முடிந்து தூக்கு தண்டனை உறுதி செய்யப் பட்ட பிறகும் இன்னும் சாவதற்கு சில நாட்களே இருக்கிற நிலையிலும் புத்தகங்கள் படிப்பதை மட்டும் பகத்சிங் நிறுத்தவே இல்லை.

'தி டிரிபியூன்' என்ற இதழில் வெளியான நூல் விமர்சனம் ஒன்றைப் படித்துவிட்டு அந்த நூலை வாங்கி அனுப்பச் சொல்லி வழக்கறிஞர் பிராணநாத் மெஹதா அவர்களைக் கேட்டுக் கொண்டான் பகத்சிங். அந்த நூல் மாமேதை லெனின் வாழ்க்கை வரலாற்று நூல். அந்த நூலை வழக்கறிஞர் பகத்சிங்கிடம் சேர்த்தது 1931 மார்ச் 23 ஆம்தேதி. அன்று மாலைதான் பகத்சிங் தூக்கிலிடப்பட இருக்கிறான்.

அந்த கடைசி நேரத்திலும் அன்று கிடைக்கப் பெற்ற புத்தகத்தை ஆழ்ந்து வாசித்துக்கொண்டிருந்தான் பகத்சிங்.

அந்தப் புத்தகத்தை வாசிக்கத் தொடங்கிய இரண்டு மணி நேரத்தில் சிறை அதிகாரி பகத்சிங்கின் எதிரே வந்து நின்று "உன்னைத் தூக்கிலிடக் கோரும் கடைசி நேரக் கட்டளை அரசிடமிருந்து வந்துவிட்டது. புறப்படு போகலாம்" என்று கூறினான்.

வலது கையில் புத்தகத்தை வைத்தவாறு வாசித்துக் கொண்டிருந்த பகத்சிங் சிறை அதிகாரியை ஏறிட்டுப் பார்க்கா மலேயே "கொஞ்சம் பொறுத்திரு. நான் இப்போது இந்தப் புத்தகத்தை வாசித்துக் கொண்டிருக்கிறேன். ஒரு புரட்சியாளன் இன்னொரு புரட்சியாளனை சந்தித்து உரையாடிக் கொண்டி ருக்கும் நேரமிது" என்று சொல்லியவாறு மேலும் சில நிமிடங்கள் சில பக்கங்களைப் படித்துவிட்டு "இனி போகலாம்... வாருங்கள்" என்று தூக்கு மேடையை நோக்கிப் புறப்பட்டான்.

அறிவாளிகளையே ஆச்சரியப்பட வைத்தது பகத்சிங்கின் படிப்பார்வம்.

வாசிப்பு மனிதனை கம்பீரப்படுத்தும் என்பதில் சந்தேக மில்லை.

5
இரட்டைக்குழல் துப்பாக்கி

விடுதலைப் போர்க்களத்தில் வ.உ.சி.யும், சுப்பிரமணிய சிவாவும் இரட்டைக்குழல் துப்பாக்கியாகக் கருதப்பட்டனர். சொல்லாற்றல் இவர்கள் இருவருக்கும் பேராயுதமாக அமைந்தது.

இவர்கள் இருவரின் உரைகளும் ஒன்றை ஒன்று விஞ்சக்கூடியவை. இவர்களது சொற்பொழிவுகள் தேசபக்த அதிர்வலைகளையே உருவாக்கும் ஆற்றல் பெற்றிருந்தன என்பதற்கு வரலாற்றுச் சான்றுகள் ஏராளமாக உள்ளன.

ஆங்கிலேய சப் கலெக்டர் ஆஷ் என்பவனைச் சந்தித்த அதே நாளன்று, மாலை நடைபெற்ற பொதுக்கூட்டத்தில் "இனி என் பேரில் கலகக் குற்றம் சாட்டப்படும். அவர்கள் எச்சரிக்கின்றபடி போராட்டத்திலிருந்து நான் விலகாவிட்டால் என்னையும் சுட்டுத் தள்ளிவிட இருக்கிறார்கள். யாரோ ஒரு பெரிய போலீஸ் அதிகாரி தம் படையோடு வந்து சுட்டுத் தள்ளும் பட்சத்தில் என்ன செய்யக்கூடும் என்று என்னையே கேட்டால் 35 கோடி மக்களில் 3,000, 4,000 பேர் சுடப்பட்டால் தான் என்ன! அப்படிப்பட்ட சாவு எங்களுக்கு விதிக்கப்பட்டதானால் நானும் சிவாவும் சுடப்படத்

தயார்தான். மனிதன் இறக்கவே பிறக்கிறான். இந்தியன் இறப்பதற்கு அஞ்ச மாட்டான்" என்று அனல் கக்கும் ஆவேசத்துடன் முழங்கினார் வ.உ.சி.

வ.உ.சி., சுப்பிரமணிய சிவா ஆகிய இருவரும் விடுதலைப் போராட்டக் கனல் தெறிக்கிற அக்காலகட்டத்தில் மக்களிடம் வெள்ளை அரசுக்கும் அவர்களின் ஏவலாட்களாக இருந்த அன்றைய ஆங்கிலேயக் காவல் துறைக்கும் எதிராக துணிச்சல் மிக்க வீர உரைகளைத் தொடர்ந்து நிகழ்த்தி வந்தனர்.

இவர்கள் இருவரின் அர்த்தமுள்ள உரைகளை அருகிலிருந்து பார்த்தும் கேட்டும் ஊக்கமும் உறுதியும் பெற்ற ஒரு பார்வை யாளர் ஆய்வு நோக்கில் அவ்வுரைகள் பற்றி தனது கருத்தைப் பதிவு செய்துள்ளார்.

"சிவா ஒரு மணி நேரம் உணர்ச்சி பொங்க உரை நிகழ்த்து வார். இவரது பேச்சு கீழிருந்து ஒரு தீச்சுவாலை புறப்பட்டு மேல் நோக்கி முழு வீச்சில் அனல் கக்குவது போல் கேட்போருக்கு உணர்வூட்டும். அடுத்து ஒரு மணி நேரம் வ.உ.சி. பேசுவார். இவரது உரை சுழன்று சுழன்று அடிக்கும் சூறாவளி போல் காண்போருக்குக் காட்சியளிக்கும். இருவரது உரைகளையும் ஒரு சேரக் கேட்டும் திரும்பும் பார்வையாளர்களுக்கு கொழுந்து விட்டெரியும் தீச்சுவாலையும் அதில் மையங்கொண்டு சுழன் றடிக்கும் சூறாவளியும் இணைந்தால் எப்படி இருக்குமோ அப்படி யோர் உணர்வை நெஞ்சுக் கூட்டுக்குள் நிரப்பும்" என்று உரை கேட்டு உணர்வு பெற்ற ஒருவரே தனது அனுபவத்தை எழுதி வைத்துள்ளார்.

தனது நாவன்மையால் நாட்டிலுள்ள இளைஞர்களைத் தட்டியெழுப்பிய வங்கத்தின் சிங்கம் விபின் சந்திரபாலரின் கைது நடவடிக்கையைக் கண்டித்தது போலவே வ.உ.சி.யும், சிவாவும் விபின் சந்திரரின் விடுதலை நாளை எழுச்சிகரமாக தூத்துக் குடியில் கொண்டாடினர். அந்தக் கொண்டாட்டம்தான் வஉசியும், சிவாவும் கைதாவதற்குக் காரணமாயிற்று.

ஒரு கூட்டத்தில் வ.உ.சி.யும், சிவாவும் உரை நிகழ்த்த விரிவான ஏற்பாடு செய்யப்பட்டிருந்தது. வ.உ.சி. மேடையில் நின்றவாறு தன்னை மறந்து உணர்ச்சிகரமாக உரை நிகழ்த்திக் கொண்டிருந்தார். உரை கேட்டவர்கள் மெய்மறந்து கேட்டுக் கொண்டிருந்தனர்.

ஒரு கட்டத்தில் உணர்ச்சி உச்சகட்டத்திற்குச் சென்றது. “வெள்ளையன் வெளியேற வேண்டும். இன்றே... இக்கணமே வெளியேற வேண்டும். அவ்வாறு உடனடியாக வெள்ளையர்கள் வெளியேறாவிட்டால் அவர்கள் மூட்டை முடிச்சுகளுடன் வெளியேற்றப்படுவார்கள்” என்று ஆவேசமாகப் பேசினார் வ.உ.சி.

பார்வையாளர்களைப் போலவே வ.உ.சி.யின் உரையை மேடையிலிருந்து உன்னிப்பாகக் கவனித்துக்கொண்டிருந்த சுப்பிரமணிய சிவா துள்ளிக் குதித்து எழுந்து “பிள்ளைவால்... மூட்டை முடிச்சு நம்முடையது... அவர்கள் வெறுங்கையோடு விரட்டப்பட வேண்டும்” என்று தன்னையும் மறந்து வ.உ.சி.யின் உரையின் இடையில் தலையிட்டுக் கூறினார். சிவாவின் இந்தப் புதுவிதமான விளக்கம் கூடியிருந்தவர்களுக்கு மேலும் பரவச மூட்டியது.

வ.உ.சி.யும், சிவாவும் ஆற்றிய உரை உயிரோட்டமிக்கதாக இருந்ததற்கு அவர்களது அர்ப்பணிப்பும், அயராத உழைப்பும், சொல்லுக்கும் செயலுக்கும் கடுகளவுகூட வேறுபாடில்லாத உயரிய பண்பும், வழக்கறிஞர் தொழிலையும், சொத்து சுகங் களையும் இழந்த பின்னரும் தேச விடுதலையை உயிர்மூச்சாய்க் கொண்டு செய்த சர்வபரித் தியாகமும் இயல்பாக அவர்களுக்கு இருந்த பிறவிப் போர்க்குணமும்தான் காரணங்களாக இருந் திருக்கின்றன.

அவர்கள் வெறும் பேச்சாளர்கள் அல்லர். சொல்வன்மை மிக்க செயற்பாட்டாளர்கள். செயல்வீரர்களாக விளங்கிய சொல்லாட்சி வேந்தர்கள்.

6
யாரை மன்னிப்பது?

கோவையில் ஒரு பெயர் பெற்ற தனியார் பள்ளியில் ஒரு மாணவி படித்துக்கொண்டிருந்தாள். இம் மாணவியும் ஒரு குறிப்பிடத் தகுந்த குடும்பத்திலிருந்து வந்தவள்தான். நல்ல மதிப்பெண்கள் பெற்றுத் தருவதற்கும், நல்ல மேல் படிப்பில் சேரத் தக்க அளவில் சிறந்த மாணவர்களை உருவாக்கு வதற்கும் இப்பள்ளி தனிச்சிறப்புமிக்கதாக விளங்கி வருகிறது.

அப்பள்ளியில் அரையாண்டுத் தேர்வே ஏறத்தாழ அரசு பொதுத் தேர்வு அளவுக்கு முக்கியத்துவம் பெற்றதாகக்கருதப்படும். அரையாண்டுத் தேர்வு எழுத பள்ளி வளாகத்திற்குள் நுழையும் அனைத்து மாணவர்களும் மிகுந்த பதற்றத்துடனும், பரபரப் புடனும் காணப்படுவர்.

இத்தகைய சூழலில் இரண்டாண்டுகளுக்கு முன்பு இப்பள்ளியில் அரையாண்டுத் தேர்வு நடைபெற்ற போது மறக்கவே முடியாத ஒரு சம்பவம் நடை பெற்றது. செய்தித் தாள்களில் இச்செய்தி விரிவாக வெளியாகியிருந்தது.

குறிப்பிட்ட மாணவி மிகுந்த கவனத்தோடும் வேக வேகமாகவும் தேர்வெழுதிக்கொண்டிருந்தாள். சில

கேள்விகளுக்கான பதில்களின் சில பகுதிகளை இவள் தேர்வு எழுதும் அறைக்குள் ரகசியமாகக் கொண்டு போய் அதைப் பார்த்து எழுதிக் கொண்டிருந்த போது கண்காணித்த ஆசிரியரால் கையும் களவுமாகப் பிடிபட்டாள்.

சற்றும் எதிர்பாராத நிலையில் ஆசிரியரால் பிடிபட்ட அம்மாணவி பதற்றத்தின் உச்சத்திற்கே சென்றுவிட்டாள்... இதுவரை அவ்வகையான பழக்கத்திற்கு ஆட்படாதவள் அம் மாணவி. முதன் முறையாக அத்தவறைச் செய்த அவளால் எவ் வகையிலும் சுதாரித்துக்கொள்ள முடியாதவளாகத் துடித்தாள்.

பிடிபட்ட மாணவி தேர்வு எழுதும் அறையிலிருந்து தலைமை ஆசிரியரின் அறைக்கு அந்த ஆசிரியரால் அழைத்துச் செல்லப்பட்டாள். அங்கு அம்மாணவியை வந்தவர்கள் போன வர்களெல்லாம் ஆள் ஆளுக்கு விசாரிக்கும் தோரணையில் கேள்விகள் மேல் கேள்விகள் கேட்டார்கள். மழுப்பியும், மாற்றி மாற்றியும் பதில் சொன்னாள் அம்மாணவி. தலைமை ஆசிரியர் "உன் பெற்றோருக்கு இத்தகவலைச் சொல்லி வரவழைக்கிறோம். தொலைபேசியில் சொல்லியிருக்கிறோம். சிறிது நேரத்தில் அவர்கள் வந்து விடுவார்கள். நீ இங்கேயே நில்"என்று அதட்ட லாக சொன்னதோடு அவரின் அறையின் ஓரத்திலேயே ஓர் இடத்தை கை காட்டினார்.

மாணவி என்ன நினைத்தாளோ தெரியவில்லை. கண் இமைக்கும் நேரத்தில் கடகடவென மாடிப்படியேறி இரண்டு மூன்று தளங்களைக் கொண்ட அந்த உயரிய கட்டடத்தின் மொட்டை மாடிக்கே சென்று அங்கிருந்து எட்டிக் குதித்து அதே இடத்தில் மரணமடைந்தாள்.

இந்தச் சம்பவம் அந்தப் பள்ளியை மட்டுமல்ல கோவை நகரத்தையே உலுக்கிவிட்டது. நடக்கவே கூடாத விபரீதம் நடந்து விட்டதைக் கண்டு அதிர்ச்சிக்குள்ளான ஆசிரியர்கள் ஓடோடிப் போய் தரையில் கிடக்கும் மாணவியைக் காப்பாற்றும் நோக்கத்தில் அவசரமாகத் தூக்கினர். அதற்குள் உயிர் பிரிந்து விட்டதை உணர்ந்த ஆசிரியர்கள், மாணவியின் உள்ளங்கையில் பேனாவால் எழுதப்பட்ட ஒரு வரியைப் படித்து கதறி அழுதனர். "என்னை மன்னியுங்கள்" என்பதே மாணவியின் கையில் கடைசியாக அந்த ஆத்திர அவசரத்திலும் அவளே எழுதி வைத்த வாசகம்.

இந்த ஒரு சம்பவம் சமூகத்தின் முன் ஓராயிரம் கேள்விகளை எழுப்புகிறது. பெற்றோர்-குழந்தைகள் உறவு, இன்றைய கல்விமுறை, ஆசிரியர் மாணவர் உறவு, மாணவர்களைக் கையாளும் முறை, பள்ளி நிர்வாகம், மதிப்பெண்களா? வாழ்வின் மதிப்புகளா? மனித உயிரின் மாண்புகள் - குற்றமும் தண்டனையும் - அஞ்சியஞ்சி சாவதற்கா வாழ்க்கை - எதை எப்படிப் பார்ப்பது - யாரை எப்படி அணுகுவது - ஆசிரியர்களுக்கு சமூகப் பார்வை - உளவியலின் உன்னதம் - சமூகத்தின் பொறுப்பு என்பது போன்ற ஏராளமான தலைப்புகளில் அறிஞர்கள், சிந்தனையாளர்கள், சமூக அக்கறை கொண்ட சான்றோர்கள் ஒன்றிணைந்து சேர்ந்து சிந்தித்துச் செயல்பட வேண்டிய அவசியத்தையல்லவா இச்சோக சம்பவம் நம் அனைவருக்கும் உணர்த்துகிறது.

7
தாய்மொழி

தாய்மொழி - என்றும் உயிரோட்டம் மிக்கது. இதற்கென்று இயற்கையாகவே தனி சக்தி இருப்பதை பல நேரங்களிலும் உணர்ந்துள்ளோம். நடைபெற்ற ஒரு சம்பவமே இந்தக் கருத்திற்குத் தகுந்த சாட்சியமளிக்கிறது.

'வீராயி' என்ற ஒரு கிராமத்து மூதாட்டிக்கு வயது எண்பதைத் தாண்டியிருக்கும். ஒரு வழக்கிற்காக, வழக்குரைஞரைச் சந்தித்தார் அம்மூதாட்டி. மிகுந்த ஏழ்மையில் அவர், அரை ஏக்கர் அரசு புறம்போக்கு நிலத்தில் அரை நூற்றாண்டுக்கும் மேலாக சுவாதீனத்தில் இருக்கிறார். அவர்தான் அந்நிலத்தை உழுது பயிரிடுகிறார் என்பதற்கான சான்று அவரிடம் ஏராளம் உள்ளது.

அவரது கணவர் இறந்து பல ஆண்டுகளாகி விட்டன. திருமணமான அவரது மகன் சராசரி சாமர்த்தியம் கூட இல்லாதிருந்தான். அந்த நிலத்தில் கிடைக்கும் சொற்ப வருமானத்தைக் கொண்டே, அரைகுறை ஜீவனம் செய்து வந்தனர் வீராயி குடும்பத்தினர். இதற்கிடையில் அவரின் அரை ஏக்கர் நிலப்பரப்பின் நடுவில் உள்ள ஏழு, எட்டு பனை மரங்களை, இவரது காட்டை ஒட்டியே உள்ள

இவரது உறவினர்கள் சொந்தம் கொண்டாடி நீதிமன்றத்தில் வழக்கு தொடர்ந்தனர்.

அவ்வழக்கை எதிர்த்துப் பதில் வழக்குத் தொடுக்கவே வழக்குரைஞரிடம் சென்றார் அந்த வீரத்தாய். இரண்டாண்டு காலம் வாய்தா போட்டபடியே இருந்த வழக்கு இறுதி விசாரணைக்கு வந்தது.

நீண்ட விசாரணைக்கு நீதிமன்றம் ஆயத்தமானது. இவரது வழக்கை எடுக்கும் அந்தக் கடைசி வினாடியில் நீதிமன்றத்திற்கு வெளியில் நின்றுகொண்டிருந்த வீராயி, கதவைத் தாண்டி ஏறத்தாழ உள்ளேயே வந்து நின்று, என்ன பேசப் போகிறார்கள் என்று கேட்பதற்கு எட்டி பார்த்தபடி நின்றார்.

கையெழுத்துக்கூட போடத் தெரியாது. கைரேகை மட்டும் தான். காதும் சரிவரக் கேட்காது. இத்தனையும் தாண்டி கொஞ்சம் விவரம் தெரிந்தவர் போல அவரது நடவடிக்கைகள் இருக்கும்.

இவ்வளவு ஆர்வமாக இருக்கிறாரே! என்று ஆங்கிலத்தில் வாதுரையைத் தயார் செய்து வைத்திருந்து, அவரது வழக்குரைஞர் கடைசி வினாடியில் அவரது முடிவை மாற்றிக்கொண்டு சுமார் ஒரு மணி நேரத்திற்கும் மேல் தமிழிலேயே அவ்வழக்கை உரக்க வாதிட்டார். சாய்ந்து சாவகாசமாக அமர்ந்திருந்த நீதிபதியும் நேராக அமர்ந்து உன்னிப்பாக வாதுரையைக் கவனித்தார்.

வாதுரையின் இடையில் "இவரின் நட்ட நடு பூமியில் பனைமரங்கள் இருக்கின்றன. இரண்டு பேர் பாகத்திற்கும் இடையில் உள்ள வரப்பில் பனைமரங்கள் இருந்திருந்தால்கூட யாருக்குச் சொந்தம் என்று பிரச்சினை எழுவதில் அர்த்தமிருக் கிறது. மாண்புமிகு நீதிபதி அவர்களே! பனை மரங்கள் எதிர்க் கட்சியினருக்குச் சொந்தம் என்று வைத்துக்கொண்டால், அந்த இடத்திற்கு ஹெலிகாப்டரிலா வந்து பனை மரத்தின் பலன்களை அனுபவிப்பார்கள்?" என்றெல்லாம் நீதிபதியிடம் வாதங்களை முன் வைத்தார் வழக்குரைஞர்.

அவர் முழுமையாகப் பேசி முடித்த பின்னர் எதிர்க்கட்சி வழக்குரைஞர் தனது வாதத்தை ஆங்கிலத்தில் முன்வைத்துப் பேசினார்.

வாதப் பிரதிவாதங்கள் முடிந்த பிறகு நீதிமன்றத்திற்கு வெளியே வந்து அவசர அவசரமாக மாடிப்படியின் கீழே இறங்கி

அடுத்த நீதிமன்றத்திற்கு ஓட்டமும் நடையுமாகச் சென்றார் வழக்குரைஞர்.

வீராயி, "ஐயா- ஐயா-" என்று சத்தம் போட்டு வழக்குரைஞரை நிறுத்தி "எனது வழக்கு தோற்றுப்போனால் கூட நான் கவலைப் படமாட்டேன். நீங்கள் சொல்ல வேண்டியது அத்தனையுமே சொல்லிவிட்டீர்கள்" என்று கையெடுத்துக் கும்பிட்டவாறே உருக்கமாகக் கூறினார். அந்த வீராயி வழக்கில் வெற்றியும் பெற்றார்.

ஆம்... சரியாக காது கேட்காதவருக்குக் கூட அவரின் தாய் மொழியில் பேசியதால் அவரின் வழக்கு நன்றாகப் புரிந்தது. உண்மைதான்! தாய்மொழிக்குத் தனி சக்தி இருக்கிறது!

இதில் வரும் வழக்குரைஞர் இந்நூலாசிரியர்தான். ஈரோடு நீதிமன்றத்தில்தான் இவ்வழக்கு நடைபெற்றது.

8
அக்னிச் சிறகும் அறுபது ரூபாயும்

எத்தனையோ புத்தகங்கள் தனி மனிதர்களின் வாழ்க்கையில் மாபெரும் திருப்பத்தை ஏற்படுத்தி யுள்ளன. சில புத்தகங்கள் சமூகத்தையே புரட்டிப் போட்ட நெம்புகோல்களாகக் கூடத் திகழ்ந்துள்ளன.

ஈரோடு புத்தகத் திருவிழாவின் நிறைவு விழாவில் உரையாற்றிய முன்னாள் குடியரசுத் தலைவர் டாக்டர் A.P.J. அப்துல்கலாம் தன் வாழ்க்கையில் நடைபெற்ற உருக்கமான சம்பவம் ஒன்றை அழுத்த மாகக் குறிப்பிட்டார்.

திருச்சி செயின்ட் ஜோசப் கல்லூரியில் படித்துக் கொண்டிருந்த அப்துல் கலாம் சென்னையில் புகழ் மிக்க எம்.ஐ.டி. பொறியியல் கல்லூரியில் சேர விரும்பினார். அதற்கான விண்ணப்பத்தையும் அனுப்பி னார்.

எம்.ஐ.டி. யில் இடம் கிடைத்துவிட்டது. அங்கு போய்ச் சேருவதற்கு இவரின் குடும்பப் பொருளாதார சூழல் இடம் கொடுக்காத நிலையில் இவரின் மூத்த சகோதரி தனது கைவளையல்கள் உள்ளிட்ட தங்க நகைகளை விற்றுப் பணம் திரட்டிக் கொடுத்தார்.

மிகுந்த சிரமத்திற்கிடையில் சென்னையிலுள்ள எம்ஐடி யில் சேர்ந்து ஓராண்டு சிறப்பாகப் படிப்பை

முடித்துவிட்டார் கலாம். இரண்டாமாண்டு படித்துக் கொண்டிருந்தபோது விடுதியிலிருந்த கலாமிற்கு அவரது சொந்த ஊரான ராமேஸ்வரத்தில் புயல் மையங்கொண்டு விட்டதாகத் தொலைபேசியில் அவரது தாய் மாமா தகவல் சொன்னார். தாய் தந்தையருக்கு என்ன ஆயிற்றோ என்று பதறிப் போனார் கலாம்.

உடனடியாக ஊருக்குச் செல்ல முடிவெடுத்தார். கையில் கொஞ்சம் கூட காசில்லை. விடுதி விடுமுறை என்பதால் விடுதி மாணவர்கள் அனைவரும் அவரவர் வீட்டுக்குச் சென்று விட்டனர். தன்னந்தனியாக விடுதியில் இருந்த கலாமிற்கு கையும் ஓடவில்லை, காலும் ஓடவில்லை.

செய்வதறியாது தவித்த அவருக்குத் திடீரென்று ஒரு யோசனை தோன்றியது. தனது அறையில் மேசை மீதிருந்த புத்தம் புதிய பெரிய புத்தகத்தை எடுத்துக்கொண்டு மூர் மார்க்கெட்டிலுள்ள பழைய புத்தக வியாபாரியிடம் சென்றார். புத்தகத்தை வைத்துக்கொண்டு பணம் கொடுக்கும்படி அந்த புத்தக வியாபாரியிடம் கேட்டார் கலாம்.

அப்புத்தகம் விலை உயர்ந்த புத்தகம் மட்டுமல்ல. முதல் ஆண்டின் சிறந்த மாணவனாகத் தேர்வு செய்யப்பட்ட அவருக்கு மேடையில் பாராட்டிக் கொடுக்கப்பட்ட பரிசுப் புத்தகம். முதல் பக்கத்தில் அன்றைய துணைவேந்தர் டாக்டர் லட்சுமணசாமி முதலியார் கலாமுக்கு வாழ்த்துக் கூறி கையெழுத்துப் போட்டி ருந்தார்.

புத்தகத்தைப் புரட்டிப் பார்த்த வியாபாரி "என்ன புதிய புத்தகமாக இருக்கிறதே! இப்புத்தகத்தை படித்து முடித்து விட்டாயா? ஏன் விற்கிறாய்?"என்றெல்லாம் துருவித் துருவிக் கேட்டார்.

கடைசியில் வேறுவழியில்லாமல் உண்மையைச் சொன்னார் கலாம். மனிதாபிமானம் மிக்க அந்த புத்தக வியாபாரி ராமேஸ்வரம் சென்றுவர பேருந்துக் கட்டணம் எவ்வளவு என்று கேட்டார் "ரூபாய் அறுபது"என்று கலாம் சொன்னார்.

உடனே ரூ.60/-ஐ கலாமிடம் கொடுத்துவிட்டு "இந்தப் புத்தகத்தைப் பத்திரமாக வைத்திருக்கிறேன். நீ ஊருக்குப் போய் தாய் தந்தையைப் பார்த்துவிட்டு வந்து இந்த பணத்தைத்

திருப்பிக்கொடு. உன்னுடைய புத்தகத்தைப் பத்திரமாக வைத் திருந்து உனக்குத் திருப்பித் தந்துவிடுகிறேன்" என்று வியாபாரி கூறினார்.

அவ்வாறே ஊருக்குப் போய்விட்டு வந்து பணத்தைக் கொடுத்துவிட்டு புத்தகத்தைத் திரும்பப் பெற்றார் கலாம்.

"Theory of Elasticity" என்ற அந்தப் புத்தகம்தான் தன் வாழ்க்கைப் போக்கையே மாற்றியமைத்த புத்தகம் என்றும், தான் பிற்காலத்தில் விஞ்ஞானியாவதற்கு அடித்தளமிட்ட புத்தகம் என்றும் கலாம் ஈரோட்டில் திரண்டிருந்த மக்கள் வெள்ளத்தில் பேசியபோது முத்தாய்ப்பாகக் குறிப்பிட்டார்.

9
பகத்சிங்கின் அஹிம்சை

"அரசியல் கைதிகளை மனிதர்களாக நடத்த வேண்டும்' என்ற ஒரே ஓர் அம்சக் கோரிக்கையை வைத்து மாவீரன் பகத்சிங்கும் அவரது தோழர்களும் லாகூர் சிறைச்சாலையில் உண்ணாவிரதப் போராட்டத்தைத் தொடங்கினர். சாதாரணமாகத் தொடங்கப்பட்ட இந்த உண்ணாவிரதம் 63 நாட்கள் வரை நீடித்தது.

முதல் பத்து நாட்கள் மயான அமைதியோடு நடைபெற்ற இப்போராட்டம், அடுத்தடுத்த நாட்களில் உக்கரம் பெற்றது. சிறை அதிகாரிகள் புரட்சியாளர்களுக்கு பலாத்காரமாக, பலவந்தமாக உணவை செயற்கை முறையில் புகட்டத் தொடங்கினர்.

சிறை வார்டர்கள் டாக்டர்களை உடன் அழைத்து வந்து படுத்த படுக்கையாகக் கிடக்கும் தேச பக்தர்களின் மூக்கில் ரப்பர் குழாயைப் புகுத்தி அக்குழாய் வழியாக பாலை ஊற்றி உண்ணாவிரதப் போராட்டத்தை முறியடித்து விட்டதாக மார் தட்டிக் கொண்டனர்.

ஜதீன்தாஸ் என்று அழைக்கப்படுகிற வங்காள மாநிலத்தைச் சார்ந்த ஜதீந்திரநாத் தாஸ் என்ற

தேசபக்த இளைஞனுக்கு இவ்வாறு மூக்கில் குழாயைப் புகுத்திய போது ஏதோ தவறு நேர்ந்துவிட்டதால் அவர் மருத்துவமனையில் சேர்க்கப்பட்டார். இச்செய்தி சிறைச் சாலைக்குள் உண்ணாவிரதம் இருந்த தேசபக்தர்கள் மத்தியில் கடும் சீற்றத்தை உண்டாக்கியது.

இந்த உண்ணாவிரதப் போராட்டத்தைப் பற்றி துல்லிய மாகப் பதிவு செய்துள்ள சக உண்ணாவிரதப் போராளியான பகத்சிங்கின் உற்ற தோழர் 'அஜய் குமார் கோஷ்' நேரில் அனுபவித்த கொடுமைகள் குறித்து விவரிக்கிறார்.

"இப்போது ஆரம்பமாயிற்று... மரணத்தை நோக்கி உண்மை யாகவே நடக்கும் பந்தயம்... மரணத்தை யார் முதலில் எட்டிப் பிடிக்கப் போகிறார்கள் என்பதுதான் போட்டிக்குரிய விஷய மாயிற்று" என்று அஜய்குமார்கோஷ் தனது நினைவுக் குறிப்பில் எழுதியுள்ளார்.

பலவந்தமாக மூக்கில் புகுத்தப்பட்ட குழாய் மூலமாக பாலை ஊற்றிய பின்னர், பல நாட்கள் தொடர்ந்த உண்ணா விரதப் போராட்டத்தால் களைத்துப் போயிருந்த போதிலும் கொடுமைக்கார சிறை அதிகாரிகள் வெற்றி பெற்று விடக் கூடாது என்று எண்ணிய ஜதீன்தாஸ் மூக்கில் குழாய் புகுத்திய தால் வெளிவந்த ரத்தக்கசிவும், ஊற்றப்படுகிற போது சிந்திய பாலும் ஈர்த்திருந்த சில ஈக்களை தனது கையில் அடித்து அதனை தனது வாயிற்குள் போட்டுக் கொண்டார். வயிற்றுக்குள் இருந்த பாலும் உள்ளிருந்த ரத்தத்தோடு சேர்ந்து குபீரென்று வெளிவந்துவிட்டது. சிறை அதிகாரிகளின் யுத்திகள் புரட்சிக் காரர்களின் உறுதியாலும் மதிநுட்பத்தாலும் இவ்வாறு ஒன்றன்பின் ஒன்றாக முற்றாக முறியடிக்கப்பட்டன.

ஜதீன்தாஸின் கடைசி மணித்துளிகள் குறித்து அஜய்குமார் கோஷ் எழுதுகிறார். "அதோ... ஜதீன்தாஸ் படுத்திருக்கிறார். துக்கம் என் தொண்டையை அடைக்கிறது. அதோ.... அவர் ஆவி பிரிகிறது. தலையைத் தூக்கிப் பார்த்தேன். கல் நெஞ்சம் படைத்த ஜெயில் அதிகாரிகளின் கண்களில் கூட கண்ணீர் ததும்பியது.

ஜெயிலுக்கு வெளியே கூடியிருந்த பிரமாண்டமான ஜனத்திரளிடம் ஒப்படைக்க ஜதீன்தாஸ் சடலத்தை ஜெயில் வாசற்படிக்கு வெளியே கொண்டு போனபோது பிரிட்டிஷ் ஏகாதிபத்தியம் தனது முழு பலத்தையும் பிரயோகித்து... எந்த

மனிதனை முறியடிக்க முடியாமல் தோற்றுப் போயிற்றோ அந்த மனிதன் முன்பு லாகூர் காவல் துறைத் தலைவர் "ஹாமில்டன் ஹார்டிங்"தனது தலையிலுள்ள தொப்பியைக் கழற்றித் தலைவணங்கி மரியாதை செலுத்தினான்" என்று நேரில் பார்த்ததை கூட இருந்து அனைத்துக் கொடுமைகளையும் அனுபவித்ததை அஜய்குமார் கோஷ் நெகிழ்ச்சியுடன் எழுதி வைத்துள்ளார்.

தேசத்திற்கு விடுதலை கிடைக்க வேண்டும் என்ற ஒரே லட்சியத்திற்காக தங்களது உயிரைப் பணயம் வைத்து- தங்களது உயிரைத் துச்சமென மதித்து ஆங்கிலேயர்களுக்கெதிரான அறப்போரில் குதித்தவர்கள்தான் இந்த வீர இளைஞர்கள்! சிறையில் அடைக்கப்பட்ட பின்னரும் இவர்கள் முன்வைத்த கோரிக்கைகள்தான் என்ன?

சகல அரசியல் கைதிகளையும் ஒரே வகுப்பில் வைத்திருக்க வேண்டும், சாப்பிடும் அளவுக்காவது ஓரளவு தரமான உணவு வழங்கப்பட வேண்டும், பத்திரிகைகள், புத்தகங்கள் வாசிக்க சிறைக்குள் அனுமதியளிக்கப்பட வேண்டும், எழுதுவதற்கு வேண்டிய காகிதங்கள்-பேனாக்கள் உள்ளிட்ட உபகரணங்கள் கொடுக்கப்பட வேண்டும்.. இவைதான் இவர்களின் கோரிக்கைகள்.

இந்தச் சர்வ சாதாரண கோரிக்கைகளைக் கூட நிறைவேற்று வதற்குப் பதிலாக கோரிக்கை வைத்தவர்களை ஒவ்வொருவராக கொன்று முடித்தது...

ஆங்கிலேய அரசு.

10

தலைமை ஆசிரியன்

பிறரை மகிழ்வித்து வாழ்வதுதான் வாழ்க்கை. இந்த வாழ்க்கைதான் நமக்குத் தேவை.

மேற்கு வங்க மாநிலத்தில் 'முர்ஷிதாபாத்' என்ற சிறிய கிராமம் உள்ளது. அங்கு வசிப்பவர்கள் அனைவரும், ஏழை எளிய கூலி உழைப்பாளர்களும், வறுமைக் கோட்டிற்கும் கீழ் வாழும் சாதாரண மக்களும்தான். கல்வி வாசனையே இல்லாத கிராமம் அது. அவ்வூரில் பள்ளிக்கூடமே இல்லை. வெளியூரில் இருக்கும் பள்ளிக் கூடத்திற்கு தங்களது குழந்தைகளை அனுப்புவதற்கு அங்கு வாழ்ந்த மக்களின் பொருளாதார நிலையும் அனுமதிக்கவில்லை. அந்த அளவுக்கு கல்வி குறித்த விழிப்புணர்வற்றவர்களாகவும் அவர்கள் விளங்கினர்.

இத்தனை இன்னல்களையும், தடைகளையும் தாண்டி அவ்வூரில் வசிக்கும் "பாபர் அலி" என்ற சிறுவனை அவனது பெற்றோர் பத்து கிலோ மீட்டருக்கும் மேல் தொலைவில் உள்ள பெர்காம்பூர் என்ற ஊரில் இருக்கும் அரசு பள்ளிக்குப் படிப்பதற்கு அனுப்பினார்கள். சின்னஞ்சிறுவனான அவன் பல்வேறு விதமான சிரமங்களை அனுபவித்தவாறே அப்பள்ளிக்கு அன்றாடம் நடந்தே சென்று வந்தான்.

ஒன்பது வயதுப் பாலகனாக, அன்றாடம் பள்ளிக்குச் சென்று திரும்பிய அவனுக்கு அங்கு நிலவிய சூழல் காரணமாக, ஒரு புதிய கருத்து உதயமாயிற்று.

தனக்குக் கிடைத்த கல்வி கற்கும் வாய்ப்பு அந்த ஊரில் தன் வயதையொத்த எந்த ஒரு சிறுவனுக்கும் கிடைக்கவில்லையே என்று அந்தப் பிஞ்சு உள்ளம் சிந்திக்கத் தொடங்கியது. பள்ளி யிலிருந்து திரும்புகிற வழியில் தனக்குப் பழக்கமான நண்பர்கள் ஆடு மேய்ப்பதும், வீட்டு வேலைகள் செய்வதும், கடும் உழைப்பைச் செலுத்துவதற்கு கூலி வேலையில் அமர்த்தப்பட்டிருப்பதுமான காட்சியைப் பார்த்ததும் அவனது சிந்தையில் ஒரு பொறி தட்டியது.

அவன் படித்த பள்ளி காலை முன்கூட்டியே தொடங்கி மதியம் இரண்டுமணி வரை மட்டும் நடக்கும் பள்ளி. மாலை நான்கு மணிக்கெல்லாம் பாபர் அலி வீடு திரும்பிவிடுவான். பள்ளிக்குச் செல்லும் வாய்ப்பும், சூழலும் இல்லாத தனது வயதொத்த சிறுவர்கள் சிலரை அழைத்து வந்து, தனது சிறிய வீட்டின் பின்புறத்திலுள்ள கொல்லைப்புறத்தில் அமர வைத்து, அன்றைய தினம் தனது ஆசிரியர்கள் கற்றுக் கொடுத்த பாடங் களை தனது நண்பர்களுக்கு கதைபோல் சொல்லிக் கொடுக்க தொடங்கினான். விளையாட்டாகத் தொடங்கிய இந்தப் பணி தொடர்ந்து நடைபெற்றது.

தொடக்கத்தில் இவனது அழைப்பையேற்று சாதாரணமாக வந்த சிறுவர்கள் தொடர்ந்து இவனிடம் பாடம் கேட்க வந்தது மட்டுமல்ல, இதைக் கேள்விப்பட்ட மேலும் சில சிறுவர்களும் இந்த வகுப்பிற்கு வரத் தொடங்கினர். பத்துபேர் இருபது பேர் என்றிருந்த எண்ணிக்கை படிப்படியாக அதிகரித்தது. அது மட்டுமல்ல வந்த சிறுவர்களிடத்தில் ஆர்வமும் ஈடுபாடும் அதிகரித்தது. அவர்களின் அத்தகைய செயல்பாடு பாபர் அலிக்கு ஊக்கத்தையும் உற்சாகத்தையும் கொடுத்தது. நான்கு கிலோ மீட்டருக்கு அப்பால் இருந்தும் சிறுவர்கள் இதற்காக வந்தனர்.

தன்னால் சமாளிக்க முடியாத அளவுக்கு சிறுவர்கள் அதிகமாக வரத்தொடங்கிய பின்னர் இவனைப் போலவே இவன் வகுப்பில் படிக்கும் இவனது நெருங்கிய நண்பர்களிடத்தில் இந்தச் சேவை குறித்து எடுத்துச் சொல்லி அவர்களில் சிலரையும் இந்தப் பணியில் ஈடுபடுத்தினான்.

தற்போது பாபர் அலிக்கு பதினாறு வயதாகிவிட்டது. ஆறு, ஏழு ஆண்டுகளாக தொடர்ந்து இப்பணியை இடைவிடாது செய்து வருகிறான். தற்போது எண்ணூறு மாணவர்களுக்கும் மேல் இங்கு படிக்கிறார்கள். இவனைப் போலவே இவனது வயதுள்ள இவனது பள்ளி நண்பர்கள் பத்துபேர் இங்கு பாடம் சொல்லிக் கொடுக்கும் ஆசிரியர்களாக விளங்குகிறார்கள்.

மாணவர்களின் வருகை குறையாமல் பார்த்துக் கொள்ளும் பொருட்டு சில ஊர்ப் பெரியவர்களின் உதவியை பெற்று மாதக் கடைசியில் ஒரு குறிப்பிட்ட அளவு அரிசியைக் கூட இலவசமாக வழங்கி மாணவர்களை ஊக்கப்படுத்தி வருகிறான். இந்தியாவில் உள்ள பிரபல ஆங்கிலத் தொலைக்காட்சியான CNNIBN நிறுவனம், இந்த இளைஞனுக்கு ‘உண்மை நாயகன்’ விருது வழங்கி கௌரவித்துள்ளது. கீர்த்திமிக்க பிரிட்டிஷ் வானொலியான BBC நிறுவனம் உலகத்தின் இளைய தலைமை ஆசிரியர் என்று இந்த இளைஞனைப் பாராட்டியுள்ளது.

“தான் பெற்ற இன்பம் பெறுக இவ்வையகம்” என்பது தான் நமது பண்பு. தனக்குக் கிடைத்த நன்மை பிறருக்கும் கிடைக்க வேண்டும் என்ற சிந்தனை மேலோங்கியுள்ள எவரும் நற்பண்புக்குச் சொந்தக்காரர்கள்.

பாபர் அலி இத்தனை பேரைப் படிக்க வைத்ததால் தன்னுடைய படிப்பை அவன் இழக்கவில்லை என்பது மட்டுமல்ல மற்றவர்களுக்குச் சொல்லித் தரவேண்டும் என்பதற்காக தன்னுடைய பாடங்களை பிற மாணவர்களைவிட ஆழமாகப் படித்தான். ஆகவே படிப்பில் ஆசிரியர்களே வியக்கத்தக்க அளவில் உயர்ந் தான்.

“ஊரான் பிள்ளையை ஊட்டி வளர்த்தால் தன் பிள்ளை தானாய் வளரும்” என்ற தமிழ்ப் பழமொழி நமக்குக் கற்றுக் கொடுக்கும் பாடம் இதுதானே!

பாபர் அலி அளவுக்கு இல்லாவிட்டாலும் கூட பிறரை மகிழ வைத்து மகிழும் வாழ்வியல் பண்பாடு நமது அன்றாட வாழ்க்கைக்கே அவசியப்படுகிறது.

11

கைலாச முதலியாரின் மரணம்

நல்ல படைப்புகள் அவ்வளவு சுலபத்தில் உருவாகி விடுவதில்லை. தலைசிறந்த படைப்புகளை உரு வாக்கும் புகழ்மிக்க எழுத்தாளர்கள் பலர் தங்களது படைப்புகளை உயிரைக் கொடுத்து உருவாக்கு கின்றனர். "பிரசவ வேதனை" என்ற சொற்றொடர் படைப்புகளின் உருவாக்கத்திற்குச் சாலப் பொருந்தும்.

தொ.மு.சி.ரகுநாதன் தமிழ்ப் படைப்புலகத்தில் தனித்துவம் பெற்ற படைப்பாளிகளில் ஒருவர். புதினம், சிறுகதை, இலக்கியத் திறனாய்வு, கவிதை, வரலாற்று ஆய்வு என பல துறைகளில் தடம் பதித்தவர். 'திருச்சிற்றம்பலக் கவிராயர்' என்பது இவரது புனைப்பெயர்.

இவரது 'பஞ்சும் பசியும்' என்ற நாவல் பிரசித்தி பெற்றதாகும். அறுபதாண்டுகளுக்கு முன்பு வெளி வந்த அந்த நாவல் நெசவாளர்களின் வாழ்க்கையைச் சித்திரிப்பதற்காக எழுதப்பட்டது.

இந்நாவல் வெளிவந்த பின்னர் ஓர் இதழுக்கு அளித்த பேட்டியொன்றில் இந்நாவலாசிரியர் இப்படைப்பு தோன்றிய பின்புலம் குறித்து விரிவாக விளக்கிக் கூறியிருந்தார்.

இந்நாவல் வெளிவருவதற்குப் பத்துப் பதினைந்து ஆண்டு களுக்கு முன்பே இந்நாவலுக்கான கரு அவரது நெஞ்சில் உருவெடுத்துவிட்டது. அக்கரு கொஞ்சம் கொஞ்சமாக வளர்ந்தது. இக்கரு உருவானதற்குப் பின்பு உருவான கருக்களெல்லாம் சிறுகதைகளாக, நாவல்களாக உருவெடுத்து விட்டன. பஞ்சும் பசியும் நாவலுக்கான கரு மட்டும் மிகவும் மெதுவாகவே வளர்ந்தது.

ஒரு குறிப்பிட்ட கட்டத்தில் பதிப்பகத்தார் அந்த ஆண்டே அப்புத்தகம் வந்துவிடவேண்டும் என்று நாவலாசிரியரிடம் வலியுறுத்திக் கேட்டனர். அதற்குள் அவரது உள்ளத்திற்குள் இருந்த கதைக் கருவும் முழுமையாகப் பிரசவிக்கிற பக்குவத் திற்கு வளர்ச்சி பெற்றிருந்தது.

நாவல் மொத்தம் இருபது அத்தியாயங்கள் கொண்டது. நாவலாசிரியர் ரகுநாதனைப் பொறுத்த அளவில், நாவல் எழுதத் தொடங்கிவிட்டால் இரவு பகல் எனத் தொடர்ந்து எழுதிக் கொண்டே இருப்பார். இடையில் தூங்குவது, சாப்பிடுவது இன்னும் இது போன்ற அடிப்படை வேலைகள் போக மீதமுள்ள நேரமனைத்தும் மிகுந்த ஈடுபாட்டோடு எழுதுவார். இடையில் அடித்தல் திருத்தலோ மீண்டும் விட்ட இடத்திலிருந்து எழுது வதற்கு முன்பு எழுதிய பகுதியைத் திரும்ப வாசிப்பதோ அவரது வழக்கமில்லை. அவருக்கு அவ்வாறு தேவைப்பட்டதுமில்லை.

நாவலின் பதினோராவது அத்தியாயத்தை இரவு நேரத்தில் எழுதிக்கொண்டிருந்தார். கைலாச முதலியார் என்ற பாத்திரம் அந்நாவலில் ஒரு முக்கியப் பாத்திரம். அந்நாவல் கதைப்படி கைலாச முதலியார் இறந்து விடுகிறார்.

கைலாச முதலியாரின் சடலத்தைச் சுற்றி அவரது உறவினர்கள் கதறி அழுகின்றனர். இந்தக் காட்சியை அப்படியே நாவலில் தத்ரூபமாக வர்ணித்துக்கொண்டே வந்த நாவலாசிரியர் ரகுநாதன் ஒரு கட்டத்தில் உணர்ச்சிவசப்பட்ட நிலையில் தானும் 'ஓ' என்று அழுதுவிடுகிறார். தான் படைத்த பாத்திரமான கைலாச முதலியாரின் மரணத்திற்குத் தானே தேம்பித் தேம்பி அழுகிறார். பேனாவை மூடி வைத்த அவர் கைலாச முதலியாரின் உறவினர் களோடு சேர்ந்து தானும் மூன்று நாட்களுக்கு துக்கம் அனுஷ்டித்து விட்டு பிறகுதான் பனிரெண்டாவது அத்தியாயத்தை எழுதத் தொடங்கினார்.

இத்தனை சம்பவங்களையும் ரகுநாதன், தான் அளித்த பேட்டியில் அரை நூற்றாண்டுக்கு முன்பே வர்ணித்து சொல்லி யிருக்கிறார்.

சமுதாய உணர்வு மிக்க படைப்பாளிகளின் உண்மையான படைப்புகளை உளப்பூர்வமாக வாசிக்கிறபோது நம் உள்ளம் பண்படும், குடும்பம், உறவு, பாசம், உழைப்பு, கடமை, உரிமை போன்ற மனித உணர்வுகளுக்கு ஓர் உன்னதமான உயிர்ப்பு இத்தகைய நல்ல படைப்புகள் மூலம் நமக்குக் கிடைக்கும்.

12

இன்றைய பதிவு
நாளைய வரலாறு

ஒரு நாட்குறிப்பே நாட்டின் வரலாற்றில் பெரும் பகுதியை வெளிக்கொண்டு வந்துள்ள செய்தி மிகுந்த வியப்பளிப்பதாகும்.

இருநூற்றி ஐம்பது ஆண்டுகளுக்கு முன்பு வாழ்ந்து மறைந்தவர் புதுச்சேரியைச் சேர்ந்த ஆனந்தரங்கம் பிள்ளை. இவர் ஒரு தலைசிறந்த வணிகர், பன்மொழிப் புலமை வாய்க்கப் பெற்றவர், அரசியல் சாணக்கியர், இலக்கிய வித்தகர், பெரும் புரவலர், வாரி வழங்கும் வள்ளல், சங்காமல் சலிக்காமல் தினசரி முக்கிய நிகழ்வுகளை தனது நாட்குறிப்புகளில் பதிவு செய்த வரலாற்று நாயகர் என பன்முகப் பேராளுமை மிக்கவராகத் திகழ்ந்துள்ளார்.

இவர் மறைந்து இரண்டரை நூற்றாண்டுகள் உருண்டோடிய பின்னரும் இவரைப் பற்றியதும் இவரின் நாட்குறிப்பை அடிப்படையாகக் கொண்டது மான இலக்கியங்கள் இன்றளவும் தோன்றிய வண்ணம் இருப்பது இவரது தனிச்சிறப்பம்சமாகும்.

சென்னையை அடுத்த பெரம்பூரில் பிறந்த ஆனந்த ரங்கம் பிள்ளை பிரெஞ்சு ஆளுகைக்குட்பட்டிருந்த புதுச்சேரிக்குச் சென்று அங்கு வணிகராகவே

வாழ்க்கையைத் தொடங்கினார். பிரெஞ்சு கிழக் கிந்தியக் கழகம் உள்ளிட்ட அயல்நாட்டு வணிகக் குழுக்கள் எப்படி படிப்படியாக வணிகத்தையும் தாண்டி இங்குள்ள சமூகச் சூழலைப் பயன் படுத்திக் கொண்டு அரசியலில் நுழைந்து ஆதிக்கம் செலுத்த முற்பட்டனரோ அதே போன்று வணிகத்தில் வாழ்க்கையைத் தொடங்கிய ஆனந்தரங்கம் பிள்ளை அங்கு நிலவிய அரசியல் சூழலால் அரசியலிலும் கால் பதித்து முக்கிய அரசியல் தலைவர்களில் ஒருவராகப் பரிணாம வளர்ச்சி பெற்றார்.

பல்வேறு மொழிகளில் தேர்ச்சி பெற்றார். ஆனந்தரங்கம் பிள்ளை பல வகைப்பட்ட மன்னர்கள், படைத்தளபதிகள், வணிகர்கள். அரசியல் தலைவர்கள் போன்றவர்களின் கருத்து களை அன்றைய புதுவை ஆளுனருக்கு மொழிபெயர்த்துச் சொல்லும் பணியை செம்மையாக மேற்கொண்டார். அதே போல அவர்களுக்கு ஆளுனரின் சார்பில் அனுப்பப்படும் அனைத்துக் கடிதங்களையும் அவரவர் மொழிகளில் ஆனந்தரங்கம் பிள்ளையே எழுதினார். அன்றைய புதுவை அரசு சார்பில் அம்மாநிலத்தை விட்டு வெளியே நடைபெறும் அனைத்து அரசியல் மற்றும் வணிகச் செயல்பாட்டிற்கு ஆனந்தரங்கம் பிள்ளையே மையப் புள்ளியாகத் திகழும் அளவுக்கு முக்கியத்துவம் பெற்றவராக விளங்கினார்.

இத்தகைய தொடர்பும் செல்வாக்கும் பின்புலமும் பெற்றிருந்த ஆனந்தரங்கம்பிள்ளைக்கு அன்றாடம் நாட்குறிப்பு எழுதுகிற பழக்கம் இருந்ததுதான் வரலாற்றுக்கே மணிமகுடம் சூட்டிய செயலாக பிற்காலத்தில் அனைவராலும் உணர்ந்து பாராட்டப் படுகிறது. 1736 ஆம் ஆண்டு முதல் 1761 ஆம் ஆண்டு வரை தொடர்ந்து இடைவெளியில்லாமல் இருபத்தைந்து ஆண்டுகள் நாட்குறிப்பை எழுதியுள்ளார் ஆனந்தரங்கம்பிள்ளை.

தனிப்பட்ட அவர் குறித்த நிகழ்ச்சிகள் மட்டுமோ அவர் குடும்பத்தார் பற்றிய செயல்பாடுகள் குறித்தோ மட்டும் அவர் நாட்குறிப்பில் பதிவு செய்யவில்லை. அக்காலத்தில் நடைபெற்ற முக்கிய அரசியல் நிகழ்வுப் போக்குகள் அனைத்தையும் ஒன்று விடாமல் அந்நாட் குறிப்புகளில் அவ்வப்போதே பதிவு செய் துள்ளார். அது வெறும் நாட்குறிப்பு என்பதைத் தாண்டி தமிழுக்குக் கிடைத்த மாபெரும் வரலாற்றுப் புதையலாகவே போற்றப்படுகிறது. இந்நாட் குறிப்புகள் 18ஆம் நூற்றாண்டின்

தமிழ்ச் சமூகத்தைப் படம்பிடித்துக் காட்டுவதாகவே அமைந்துள்ளன.

ஆனந்தரங்கம்பிள்ளை எழுதிய நாட்குறிப்புகள் மொத்தம் பன்னிரண்டு தொகுதிகளாகத் தமிழில் வெளிவந்துள்ளன. இவற்றில் பெரும் பகுதி பிள்ளையவர்கள் நேரடியாக அவர் கைப்பட எழுதியதாகும். சில பகுதிகள் இவரின் அறிவுறுத்தலின் பேரில் உதவியாளர்களால் எழுதப்பட்டவையாகும்.

இந்நாட்குறிப்புகள் பற்றி தற்கால முன்னணி தமிழ் எழுத்தாளரான பிரபஞ்சன் "18ஆம் நூற்றாண்டின் வரலாறு இருள் மிக்கது. போதுமான அகச்சான்று அற்றது. இக்கால கட்டத்து மகத்தான வெளிச்சம் ஆனந்தரங்கரின் டைரிக் குறிப்புகளே! தமிழுக்குக் கிடைத்துள்ள மாபெரும் செல்வம் அது" என்று குறிப்பிட்டுள்ளார்.

பிரெஞ்சியர்களுக்கும் இந்திய மன்னர்களுக்கும் இடையே நல்லுறவை வளர்த்தெடுப்பதிலும் பெரும் பங்காற்றிய பெருமைக் குரியவர் ஆனந்தரங்கர் என்பதை அவர் எழுதிய வரலாற்றுச் சான்றுகளே எடுத்துரைக்கின்றன.

வரலாறு நமக்கிருக்கிற அளவுக்கு வரலாற்று உணர்வு அற்றவர்களாக வரலாற்றின் வழிநெடுக நம் முன்னோர்கள் வாழ்ந்துள்ளார்கள் என்பதுதான் வரலாறு. அத்தகைய சூழலில் பாலைவனச் சோலை போல ஆனந்தரங்கம்பிள்ளையின் நாட்குறிப்பு ஒரு பெரும் வரலாற்று ஆவணமாக வரலாறு உள்ளவரை வாழும் என்பதில் எவ்வித சந்தேகமும் இல்லை. ஆனந்தரங்கம்பிள்ளையின் பெயரில் நாம் உறுதியேற்போம். வீட்டிலும் நாட்டிலும் நடைபெறும் நிகழ்ச்சிகள் யாவையும் நம்மால் இயன்ற வரை பதிவு செய்வோம். எதையும் ஆவணப் படுத்துவது அவசியம் என்பதை உணர்வோம்... உணர்த்துவோம்.

13

சட்டமா? மனமாற்றமா?

எப்படி இருந்திருக்கிறோம் என்பதைத் தெள்ளத் தெளிவாகப் புரிந்துகொண்டால் மட்டுமே எப்படி இருக்கவேண்டும் என்பதை தீர்க்கமாக முடிவெடுக்க முடியும்.

காந்தியடிகள் இறந்தபோது "இப்படி ஒரு மனிதர் இருந்திருக்கிறார். வாழ்ந்திருக்கிறார் என்பதையே பல ஆண்டுகள் கழித்து வரும் அடுத்தடுத்த தலை முறையினர் நம்பமாட்டார்கள்" என்ற கருத்து ஆங்கில தேசத்துத் தலைவர்களாலேயே தெரிவிக்கப் பட்டது.

இந்த அளவுக்கு ஒரு மனிதர் நற்சிந்தனையோடு வாழ்தல் சாத்தியம்தானா? என்ற கேள்வி எழுவது போலவே "இந்த அளவுக்கு கெட்ட செயல்கள் நடந்தது உண்மைதானா?" என்று நம்ப முடியாத அளவுக்கு வரலாற்றில் சில வடுக்கள் இருக்கத்தான் செய்கின்றன.

கணவன் இறந்துவிட்டால் உடன்கட்டை ஏறுதல் என்ற வழக்கப்படி மனைவியும் கணவனின் சடலம் எரியும் தீயில் இறங்கி தன் உயிரையும் மாய்த்துக் கொள்ள வேண்டும் என்ற நிலை இம்மண்ணில் நடைமுறையில் இருந்திருக்கிறது என்ற செய்தியை

மேலோட்டமாகப் பார்க்கிற எவராலும் நம்ப முடிகிறதா?" இந்த வழக்கம் நியாயமானதே! தொன்று தொட்டுப் பின்பற்றப் படும் இப்பழக்கத்தை மாற்றுவதற்கு யாருக்கும் உரிமை இல்லை"என்றும் பலர் அக்காலத்தில் குரல் எழுப்பியிருக் கிறார்கள் என்றால் நம்மால் இப்போது நம்ப முடிகிறதா?

நம்ப முடிந்தாலும் முடியாவிட்டாலும் இவையெல்லாம் நடைபெற்ற உண்மைகள்தான் என்று காட்டுவதற்கு ஏராள மான சான்றுகள் உள்ளனவே! "ஆச்சர்யம்... ஆனால் உண்மை" என்பார்களே அதைப்போல் இவையெல்லாம் நம்மை ஆச்சர்யப் பட வைக்கிற உண்மைகள்.

தொடக்கத்தில் கணவன் இறந்தவுடன் 'திடீர்' அதிர்ச்சிக்கு ஆட்பட்ட பெண்கள் சிலர் இயல்பாகவே இறந்தனர். இறந்த அப்பெண்களை கணவனின் சடலத்தோடு வைத்து எரித்து முடித்தனர். இப்படி எங்காவது ஒன்று இரண்டு நடந்திருக்க லாமே தவிர அடுத்தடுத்து அவ்வாறு நடந்திருக்க வாய்ப்பில்லை. பிறகு அவ்வாறு கணவன் இறந்த பிறகும் இறவாமல் நிற்கிற மனைவியின் கதியை நினைத்தால்தான் கலக்கமாக இருக்கிறது.

கணவன் இறந்த பிறகு அவரோடு இறந்தால் சுவர்க்கம் போகலாம் என்ற நம்பிக்கை வளர்ந்ததாலும், 'கணவன் இறந்த பின்னும் இப்பாவி உயிர் வாழ்கிறாளே!' என்று உலகம் தூற்றும் என்ற அச்சம் நிலவியதாலும். 'கணவனுடன் உயிர் நீத்தாளே உத்தமி-பத்தினி' என்ற கருத்து பரப்பப்பட்டிருந்ததாலும் அன்று நிலவிய சூழலால், பெண்கள்...கணவன் உடல் எரிகிற போது தானே அதே நெருப்பில் இறங்கி தங்களது உயிரை மாய்த்துக் கொண்டனர். இந்தக் கொடுமையான சூழலை உருவாக்கிய சமூகமே பெண்கள் நெருப்புக்குள் இறங்குவதை நெட்ட நெடு மரங்களாக நின்று நேரில் வேடிக்கை பார்த்துக் கொண்டிருந்தது.

இதற்கு அடுத்த கட்டம் இன்னும் கொடூரமானது. 'சதி' என்ற உடன்கட்டை ஏறும் பழக்கம் சில பகுதிகளில் வேரூன்றிய பிறகு அவ்வாறு நெருப்புக்குள் புகுந்து தங்களது உயிரைப் போக்கிக் கொள்ள விரும்பாத பெண்களையும் நெருப்பில் புகுந்த பின்னர் சூடு தாங்கமாட்டாமல் பொறுமையிழந்து நெருப்பை விட்டு வெளியே ஓடி வந்த பெண்களையும் அவர்களது உறவினர்களே கட்டாயப்படுத்தி நெருப்பில் தள்ளிச் சாகடித்தனர் என்ற செய்தியை இப்போது நாம் படித்தாலும் நம் நெஞ்சுக்குள்

நெருப்புப் பற்றுவது போன்ற ஓர் உணர்வு ஏற்படுகிறது. அக்கால அரசும் இதனை முற்றாக முறியடிக்க முழுமையான முயற்சியில் ஈடுபடவில்லை.

இந்தக் காலச்சூழலில்தான் ராஜாராம் மோகன்ராய் துணிந்து 'சதி'க்கு எதிராக குரல் கொடுத்ததோடு அவ்வாறு எரிக்கப்படும் சுடுகாட்டிற்குச் சென்று உறவினர்களிடம் எடுத்துக் கூறினார். பிறகு இதைப் படிப்படியாக மக்கள் இயக்கமாகவே கொண்டுவர கடும் முயற்சிகளை மேற்கொண்டார். உடன்கட்டை ஏறுதலுக்கு எதிராக, அடுக்கடுக்கான ஆதாரங்களுடன் சில நூல் களை மோகன்ராய் எழுதி வெளியிட்டார். அந்நூல்களில் ஆண்-பெண் சமத்துவத்தை ஆழமாக வலியுறுத்தினார்.

அன்றைய கவர்னர் ஜெனரல் வாரன் ஹேஸ்டிங்ஸ் உடன் கட்டை ஏறுவதை தடை செய்து உத்தரவைப் பிறப்பித்தார். அதன் பிறகும் அது குறையவில்லை என்பதோடு, அதிகரித்ததைப் பார்த்த கவர்னர் ஜெனரல் அதிர்ந்து போனார். தனது அறிக்கையில் "அரசு உத்தரவால் 'சதி'யை அறவே ஒழிக்க முடியாது" என்றும் ராஜாராம் மோகன் ராயின் முயற்சிகளாலும் மக்களின் கல்வி வளர்ச்சியினாலும்தான் இதனை ஒழிக்க முடியும் என்றும் தனது பணிக் காலம் முடிந்து இந்தியாவை விட்டுப் போவதற்குச் சற்று முன்பு தெரிவித்துவிட்டுச் சென்றார்.

எத்தனையோ விதமான இடைவிடாத முயற்சிகளுக்குப் பிறகு 1829ஆம் ஆண்டில் சதிக்கு முற்றுப்புள்ளி வைக்கும் வகையில் அன்றைய அரசு ஒரு சட்டம் கொண்டு வந்தது. "எவ்வகையில் மனைவி கணவன் சடலம் எரிகிற தீக்குள் இறங்கினாலும்- பிறரால் இறக்கப்பட்டாலும் சம்பந்தப்பட்ட அனைவரும் கொலைக் குற்றம் புரிந்தவர்களாகவே கருதப்பட்டு அதற்குண்டான அதிகபட்ச தண்டனை அளிக்கப்படும்" என்பதே அச்சட்டம்.

எந்த ஒரு சமூக அவலத்தை முறியடிக்கவும், தெளிவான சட்டமும், மக்களிடத்தில் மனமாற்றமும் இணைந்தே தேவைப் படுகிறது. சட்டம்-மனமாற்றம் ஆகிய இரண்டும் நாணயத்தின் இரு பக்கங்கள்.

14

மன உறுதி கொண்டோரின் வாக்குறுதி

விடுதலைப் போராட்டத்தில் ஈடுபட்டு பத்தரை ஆண்டுகாலம் சிறைக் கொட்டடியில் சித்ரவதைப் பட்டவர் ஈரோட்டைச் சேர்ந்த எம்.ஏ. ஈஸ்வரன். காந்தியடிகள் மதுரை வந்திருந்தபோது அவர் போட்டிருந்த சட்டையைக் கழற்றி விட்டு 'அரை நிர்வாணப் பக்கிரி' என்று பிற்காலத்தில் ஆங்கிலேயர்களால் பரிகசிக்கப்பட்ட எளிமையான உடையினை அணிந்து கொண்டார்.

இச்செய்தியைக் கேள்விப்பட்ட ஈரோடு தேசபக்த இளைஞரான எம்.ஏ. ஈஸ்வரன் உணர்ச்சிவசப்பட்ட நிலையில் தனது காலில் போட்டிருந்த செருப்பினைக் கழற்றி விட்டு 'இனி விடுதலை கிடைக்கின்ற வரை செருப்பணிய மாட்டேன்' என்று சபதமேற்றார்.

இதிலும் திருப்தியடையாத எம்.ஏ. ஈஸ்வரன், அதே சமயத்தில் இன்னொரு சபதமும் மேற்கொண்டார். ஆங்கிலேயன் நம் நாட்டைவிட்டு வெளியேற்றப் படும் வரை திருமணம் செய்து கொள்ள மாட்டேன்

என்பதுதான் அந்தச் சபதம். அவர் விடுதலை கிடைத்த பிறகு செருப்பணிந்து கொண்டார். வயதாகிவிட்டதால் அவர் திருமணம் செய்து கொள்ளவில்லை. கடைசி வரை பிரம்மச்சாரியாகவே வாழ்ந்து பிற்காலத்தில் மரணமடைந்தார்.

காந்தியடிகள் கட்டளையிட்டபோது படிப்பைப் பாதியில் தூக்கியெறிந்து விட்டு விடுதலைப் போராட்ட இயக்கங்களில் சங்கமித்தவர் எம்.ஏ. ஈஸ்வரன். வார்த்தைகளில் வர்ணிக்க முடியாத அளவுக்குச் சித்ரவதைகளையும் கொடுமைகளையும் அனுபவித்த ஈஸ்வரன் சுதந்திரம் கிடைப்பதற்கு முன்பே 1946-இல் சட்டமன்ற உறுப்பினராகத் தேர்வு செய்யப்பட்டார்.

காங்கிரஸ் இயக்கத்திற்குள் அப்போது முதலமைச்சர் யார் என்பதில் கடும் போட்டி நிலவியது. அப்போது ஒன்றுபட்ட சென்னை மாகாணமாக விளங்கியதால் ஆந்திராவைச் சேர்ந்த ஆந்திர கேசரி என்று அழைக்கப்பட்ட பிரகாசம் முதலமைச்சர் பொறுப்பிற்கு கட்சிக்குள் போட்டியிட்டார். தேர்தல் மூலமாகத் தான் முதலமைச்சரைத் தேர்வு செய்யும் நிலை அன்றைய காங்கிரஸ் கட்சிக்கு உருவானது.

யார் முதலமைச்சர் ஆனாலும் இரண்டு மூன்று வாக்குகள் வித்தியாசத்தில்தான் வெற்றிபெற முடியும் என்ற சூழல் நிலவியது. அப்போது பிரகாசம், எம்.ஏ.ஈஸ்வரனிடம் முதலமைச்சர் பொறுப்பிற்குத் தனக்கு வாக்களிக்கும்படி கேட்டார். ஈஸ்வரனின் வாக்குக்கு மிகுந்த முக்கியத்துவம் இருந்தது. ஈஸ்வரன் முதலமைச்சர் வேட்பாளர் பிரகாசத்திடம்தான் வாக்களிப்பதற்கு ஒரு நிபந்தனையை முன் வைத்தார்.

'கீழ்பவானி பாசனத் திட்டம்' என்ற திட்டத்தை நிறைவேற்ற வேண்டும் என்பதே அந்த நிபந்தனை. நிபந்தனையை ஏற்றார் பிரகாசம். வாக்களித்தார் ஈஸ்வரன். வெற்றி பெற்று முதலமைச்சர் நாற்காலியில் அமர்ந்தார் பிரகாசம். வாக்குறுதி அளித்தபடி பவானி சாகர் அணையைக் கட்டி கீழ்பவானி பாசனத் திட்டத்தை நிறைவேற்றினார் பிரகாசம். ஏற்கெனவே பலரின் கோரிக்கைகள் பலவிதமாக இருந்தாலும் ஈஸ்வரனின் முயற்சி முத்தாய்ப்பாக அமைந்தது.

அரை. செண்ட் நிலம் கூட இல்லாத, ஏன்...... விவசாயக் குடும்பத்திலேயே பிறவாத எம்.ஏ.ஈஸ்வரனின் நிபந்தனையால் இன்று 2,07,000 ஏக்கர் நிலம் விளை நிலமாக மாறியுள்ளது.

வாக்களிப்பதற்கு எத்தகைய நிபந்தனையை முன் வைத்தார் என்பதிலிருந்தும், வெற்றி பெற்ற பிறகு வாக்குறுதியை மனமுவந்து தானே முன்வந்து எவ்வாறு நிறைவேற்றினார் என்பதிலிருந்தும், இரண்டு தலைவர்களின் மேன்மையையும் நம்மால் இணைந்தே புரிந்துகொள்ள முடிகிறது.

15
கொள்கையில் உறுதி

"முயற்சியுடையார் இகழ்ச்சியடையார்" என்று சொல்வது சுலபம். ஆனால் முயற்சி எந்த அளவுக்கு இருக்க வேண்டும். அம் முயற்சி தொடர்ச்சியான முறையில் எவ்வாறு மேற்கொள்ளப்படவேண்டும். எப்படிப்பட்ட முயற்சி வெற்றிக்கு இட்டுச் செல்லும். வெற்றி பெற்ற பிறகும் அதைத் தக்க வைத்துக் கொண்டு அடுத்த கட்டத்திற்கு எடுத்துச் செல்வதற்கு எத்தகைய முயற்சிகள் தேவைப்படுகின்றன என்பதற்கெல்லாம் சிலரின் வாழ்க்கை முன்மாதிரிகளாக அமையப் பார்த்திருக்கிறோம்.

உலகத்தின் மாபெரும் தலைவர்கள், அறிவியல் மேதைகள், சிந்தனையாளர்கள் பலரின் வாழ்க்கை வரலாற்றை வரி தவறாமல் வாசித்தால் தன்னம்பிக்கை தானாக உள்ளத்தின் அடியாழத்திலிருந்து ஊற்றெடுக்கும்.

இந்திய விடுதலைப் போராட்ட வரலாறு எல்லாக் கோணங்களிலும் முழுமையாக வாசிக்கப்பட்டால் தேசபக்தி மட்டுமல்ல தன்னம்பிக்கையும் அசாத்தியத் துணிச்சலும் வாழ்க்கையில் எந்தப் பிரச்சினையைக் கண்டும் அஞ்சாத நெஞ்சுரமும் எவருக்கும் ஏற்படும்.

விடுதலைப் போராட்டத்தில் ஈடுபட்ட புரட்சியாளர்கள் சதி வழக்கைச் சந்தித்த விதமும் காவல் துறையின் காட்டுமிராண்டித் தனமான தாக்குதல்களை எதிர் கொண்ட முறையும் இன்றைய இளைஞர்களின் பிரச்சினைகளை ஒன்றுமில்லை என்றவாறு சிந்திக்கத் தூண்டும். அல்ல வெனில் அப்படிப்பட்ட பிரச்சினை களுக்கு விடைகாணும் வித்தையை கற்றுக் கொடுக்கும்.

கள்ளுக்கடை மறியலின்போது, அப்போராட்டத்தில் பங்கேற்ற சத்தியாகிரகிகளை காவல்துறையினர் குண்டாந்தடி கொண்டு தலையில் சக்தி கொண்ட மட்டும் ஓங்கி அடித்தனர். இரத்தம் பீறிட்டது. அப்போதும் “வந்தே மாதரம்”, “மகாத்மா காந்திக்கு ஜே!”, “பாரத் மாதாகி ஜே!” என்றுதான் அவர்கள் முழங்கினர். மயங்கி விழுந்த பின்னர் மருத்துவமனையில் சத்தியாகிரகி சேர்க்கப்பட்டார்.

இதை நேரில் பார்த்துக்கொண்டிருந்த, அடுத்தது களத்தில் குதிக்கத் தயார் நிலையில் இருந்த, மற்றொரு சத்தியாகிரகி அதே இடத்திற்கு விரைகிறார். சத்தியாகிரகத்தில் முன்னவரைப் போலவே ஈடுபடுகிறார். தலையில் குண்டாந்தடியால் வன்மை யாகத் தாக்கப்படுகிறார். அதேபோன்று இரத்தம் பீறிட்டு ஓடுகிறது. அதேபோன்ற முழக்கத்தைத்தான் மறுபடியும் முழங்கு கிறார்! முன்னவரைப் போலவே இவரும் மருத்துவமனையிலே அனுமதிக்கப்படுகிறார்.

இப்படிப்பட்ட வரலாறுகள் நமக்குக் கடந்த காலத்தை மட்டும் கற்றுக் கொடுப்பதில்லை, வருங்காலத்திற்கும் வழிகாட்டு கின்றன. சமூக மேம்பாட்டிற்கு மட்டும் வரலாறு உதவுவதில்லை. தனிமனிதனின் உயர்வுக்கும் வரலாறு ஓர் உந்து சக்தியாகத் திகழ்கிறது.

> **“எண்ணிய எண்ணியாங்கு எய்துப எண்ணியார்**
> **திண்ணிய ராகப் பெறின்”**

“நீ கொண்ட கொள்கையில் உறுதியாக இருந்தால்... அதற்காக ஓயாமல் உண்மையாக உழைத்தால், நீ எதை அடைய விரும்புகிறாயோ அதை நிச்சயம் அடைவாய்” என்ற வள்ளுவரின் வாக்கு, தன்னம்பிக்கை உலகிற்கே ஒரு தாரக மந்திரம் அல்லவா!

16
காலம் உருவாக்கிய புத்தகங்கள்

உலகை மாற்றிய நெம்புகோல்கள் புத்தகங்களே! புத்தகங்களின் வடிவம் இன்றிருப்பதுபோல் தொடக்க காலத்தில் இருந்திருக்க வாய்ப்பில்லை. எத்தனையோ வடிவங்களைக் கடந்து பரிணாம வளர்ச்சியில் தற்போதுள்ள முழுமையான வடிவத்தைப் பெற்றுள்ளது புத்தகம்.

உலகத்தை மாற்றியமைத்த புத்தகங்களையெல்லாம் அறிமுகப்படுத்திய ஒரு வித்தியாசமான புத்தகத்தை எழுதி வெளியிட்டவர் அமெரிக்காவைச் சேர்ந்த ராபர்ட் பி.டான்ஸ் என்ற எழுத்தாளர். இவர் எழுதிய புத்தகம் 'உலகை மாற்றிய புத்தகங்கள்' 'Books that changed the world' என்பதாகும். இப்புத்தகம் 1956-இல் முதல் பதிப்பாகவும் 1978-இல் மறுபதிப்பாகவும் வெளியாகியுள்ளது. இந்நூல் அக்காலத்திலேயே 5 லட்சம் பிரதிகளுக்கும் மேல் விற்பனையாகியுள்ளது.

அடிப்படையில் இந்நூலாசிரியர் ராபர்ட் பி. டான்ஸ் ஒரு நூலகர். அமெரிக்கப் பல்கலைக்கழகம் ஒன்றில் துணை நூலகராகப் பணியைத் தொடங்கிய இவர், மேலும் மேலும் நூலகத்துறை தொடர்பான

மேற்கல்வியைத் தொடர்ந்து கற்று பல மேற்பட்டங்களையும் பெற்று, நிறைவாக நூலகத்துறைப் படிப்பில் 'டாக்டர்' பட்டமும் பெற்றவர்.

வெறும் நூலகராக, நூலகம் குறித்த ஆய்வாளராக, உயர்மட்ட அலுவலராக மட்டும் அல்லாமல் அங்கு பெற்ற ஞானத்தையும், அனுபவத்தையும் அடிப்படையாகக் கொண்டு ஏராளமான நூல்களை எழுதினார். அவர் எழுதிய நூல்களில் 'உலகை மாற்றிய புத்தகங்கள்' என்ற புத்தகம் பெரும் புகழ் பெற்ற நூலாக அமைந்தது.

கடந்த 500 ஆண்டுகளில் உலகை மாற்றியமைத்த, உலகை அசைத்த அடிப்படையான கொள்கைகளையும் சிந்தனை களையும் தந்துதவிய நூல்களை வலுவாக அறிமுகப்படுத்தும் முறையில் இந்நூலை டான்ஸ் எழுதியுள்ளார்.

உலகப் புகழ் மிக்க நூல்கள், அதிகப் பேரால் வாசிக்கப் பட்டநூல்கள் என்பது மாதிரி வகைப்படுத்தி இந்நூலில் இடம் பெற்ற நூல்களைத் தேர்வு செய்யவில்லை என்பதை முன்னுரை யிலேயே தெளிவுபடுத்திவிட்டார் இந்நூலாசிரியர்.

"தேர்ந்தெடுத்த பட்டியலில் உள்ள நூல்களில் பெரும் பாலானவை படிப்பதற்கு மிகச் சிரமமானவை. சிறப்பான இலக்கிய நடை அவற்றில் இல்லவே இல்லை. எனினும் அவை மாபெரும் வெற்றி பெற்றதற்குக் காரணம் அவை காலப் பொருத்தம் உள்ளவையாக அமைந்ததுதான்" என்று இந்நூலாசிரியர் கூறுகிறார்.

இந்நூலில், முன்னுரையில் பொதுவாக புத்தகங்கள் குறித்த தமது கருத்தை இந்நூலாசிரியர் விரிவாகவும் வித்தியாசமாகவும் விளக்கியுள்ளார். "புத்தகங்கள் சக்தி வாய்ந்த சாதனங்கள். பெரிய விளைவுகளை தம்முள் கொண்ட சாதனங்கள்"என்று கூறும் இந்நூலாசிரியர், தம் புத்தகத்திற்குள் சொல்லப்பட்டிருக்கும் 16 புத்தகங்களைப் பற்றிக் கூறும் போது "வெடி மருந்தின் வீரியம் வாய்ந்தவை இந்தப் பதினாறு புத்தகங்கள், மெதுவாக எரிந்து வெடியைக் கிளப்பும் திரி போல சில புத்தகங்கள் வெளியான

சில ஆண்டுகளுக்குப் பிறகு முழுச் செல்வாக்குடன் விளங்கியதும் உண்டு" என்று கூறியுள்ளார்.

"நீங்கள் எத்தனை புத்தகங்கள்படிக்கிறீர்கள் என்பதைப் பொறுத்து உங்கள் அறிவு வளர்வதில்லை. எத்தகைய புத்தகங்களை வாசிக்கிறீர்கள் என்பதைப் பொறுத்துத்தான் உங்களது அறிவு விரிவடையும்" என்று தனது மிக நீண்ட நூலக அனுபவத்தின் பயனாக அழுத்தமாகக் கூறுகிறார் டான்ஸ்.

"ஒவ்வொரு காலகட்டத்திலும் புத்தகங்களின் முழுமையான சக்தியை உணர்ந்தறியும் சாமர்த்தியசாலிகளாக சர்வாதிகாரி களும் கொடுங்கோலர்களும்தான் இருந்திருக்கின்றனர். அவர்கள் எப்போதும் எங்கேயும் தங்களுக்கு எதிராக கிளம்பும் எதிர்ப்பை அடக்கவும், அவர்களின் கருத்தை அழிக்கவும் எண்ணிய போதெல் லாம் மாறுபட்ட கருத்துகளைத் தாங்கி நிற்கும் புத்தகங்களை இருக்கிற இடம் தெரியாமல் அழித்துள்ளனர். அத்தகைய புத்தகங் களை எழுதிய படைப்பாளிகளையும் ஒழித்துக் கட்டியுள்ளனர்" என்று இந்நூலின் முன்னுரையில் குறிப்பிடும் டான்ஸ் "புத்தகங் களில் கெட்டித்து வைத்திருக்கும் மகத்தான வெடிச்சக்திகளை மக்கள் விரோதச் சர்வாதிகாரிகளைப் போல் வேறு ஏவரும் உணர்ந்திருக்கவில்லை" என்றும் தெளிவாகக் கூறுகிறார்.

"உலகை மாற்றிய புத்தகங்கள்"என்ற இப்புத்தகத்தில் இடம் பெற்றுள்ள 16 புத்தகங்கள் பற்றியும் வாசிக்கும் ஒவ்வொரு வருக்கும் ஒரு கேள்வி எழும் என்று நூலாசிரியரே குறிப்பிடுகிறார்.

புத்தகத்தை காலம் உருவாக்கியதா? காலத்தைப் புத்தகம் உருவாக்கியதா?

அதாவது ஒரு குறிப்பிட்ட புத்தகம் அது வெளியான கால கட்டத்தால் செல்வாக்கடைந்ததா? வேறு ஒரு காலத்தில் அந்நூல் வெளிவந்திருந்தாலும் இதே செல்வாக்கை அந்நூல் அடைந்திருக் குமா? போன்ற பல கேள்விகளை ஆய்ந்து பார்த்தாலும், காலத்தின் தேவையைப் பூர்த்தி செய்யவே அந்தந்தக் காலகட்டத்தில் மிகச் சிறந்த நூல்கள் உருவாகியிருக்கின்றன என்ற முடிவுக்கு வர வேண்டியுள்ளது என்பதையும் இந்நூலாசிரியர் முடிந்த முடிவான தனது கருத்தாக வெளிப்படுத்துகிறார்.

ஏது எப்படி இருப்பினும் "உலகை மாற்றிய புத்தகங்கள்" என்ற இந்நூலில் இடம்பெறும் பதினாறு நூல்களையும், இந்நூலில் படிப்பது மட்டுமல்ல தனித்தனியாகவும் முழுமையாகவும் வாசிப்பது இன்றைய உலக அரசியல், அறிவியல், சமூகவியல், நிகழ்வுப் போக்குகளை முழுமையாக புரிந்துகொள்ளவும் இன்றைய தேவைக்கேற்ற படைப்புகளை உருவாக்கவும் அதன் பரிணாம வளர்ச்சியாக ஓர் உன்னத சமூக அமைப்பைப் படைக்கவும் நிச்சயம் பயன்படும்.

17
சவரக் கத்தி

தூத்துக்குடியில் செயல்பட்டு வந்த ஆங்கிலேயர்களுக்குச் சொந்தமான 'கோரல் மில்' எனும் தொழிற்சாலையில் பணியாற்றிய அத்தனை தொழிலாளர்களும் வேலை நிறுத்தப் போராட்டத்தை அறிவித்தனர். இத்தொழிலாளர் எழுச்சிக்குப் பின்புலமாக விளங்கியவர் வ.உ.சி. தொழிலாளர்களுக்கு எதிராக ஆங்கிலேய நிர்வாகத்தினர் மேற் கொண்ட அடக்கு முறை, மனித உரிமை மீறல், பொருளாதாரக் கோரிக்கைகள் போன்ற பிரச்சினைகள் அத்தொழிலாளர்களுக்கு இருந்தாலும் வ.உ.சி.யின் சாதுர்யமான அரசியல் அணுகுமுறையால் இக்கோரிக்கைகளையும் தாண்டி தேசபக்த உணர்ச்சிக்கு ஆட்பட்டு நாட்டு விடுதலை தொடர்பான அரசியல் போராட்டத்தில் தொழிலாளர்கள் களமிறங்கினர்.

வ.உ.சி.யின் அன்பான அரவணைப்பாலும், அரசியல் ரீதியான அர்ப்பணிப்பாலும் தூத்துக்குடி நகரத்திலும் அதனைச் சுற்றியுள்ள பகுதிகளிலும் கொஞ்சமும் கல்வியறிவில்லாத, பொருளாதாரத்திலும் பிற்பட்டு விளங்குகிற பாமர மக்கள் கூட வெள்ளை ஆதிக்க வெறியர்களுக்கு எதிராக சிந்திக்கவும் செயல்படவும் தொடங்கினர். விடுதலைப் போராட்டத்தை விரல்

விட்டு எண்ணத்தக்கவர்கள் மட்டுமே பங்கேற்கிற இயக்கமாக இருந்ததை மாற்றி அதனை மக்கள் மயமாக்கிய மகத்தான செயற்பாட்டாளராக விளங்கினார் வ.உ.சி.

தூத்துக்குடியின் சமூக வாழ்க்கை வ.உ.சி.யின் கட்டுப் பாட்டிற்குள் அடங்கியிருந்தது. இந்த மக்கள் எழுச்சியைக் கண்டு நடுங்கிப் போன ஆங்கிலேய அதிகாரிகளும் நிர்வாகிகளும் தூத்துக்குடி நகரில் அவரவர் குடியிருப்பில் தங்குவதைத் தவிர்த்து கடலில் மிதந்துகொண்டிருந்த ஆங்கிலேயர்களின் கப்பல்களில் குடும்பத்துடன் பாதுகாப்புக் கருதி தங்கியிருந்தனர். அவர்களுக் கான உணவுப் பொருட்களைக்கூட இலங்கையிலிருந்து நேரடியாக அவர்கள் தங்கியிருந்த கப்பல்களுக்கே வரவழைத்துக் கொண்டனர்.

ஆங்கிலேயர்கள் மட்டும் தனிமைப்படுத்தப்படவில்லை. ஆங்கிலேயர்களுக்கு ஆதரவாகச் செயல்பட்டவர்களும் பொது மக்களால் புறக்கணிக்கப்பட்டனர்.

தூத்துக்குடியில் ரங்கசாமி ஐயங்கார் என்ற பிரசித்தி பெற்ற வழக்குரைஞர் இருந்தார். இவர் தூத்துக்குடி நகராட்சி நீதி மன்றத்தின் நியமன உறுப்பினராகவும் விளங்கினார். வக்கீல் ரங்கசாமி ஐயங்கார் ஒரு நாள் முகச் சவரம் செய்து கொள்ளும் பொருட்டு அந்தக்கால வழக்கப்படி சவரத் தொழிலாளி ஒருவரை வரவழைத்து சவரம் செய்யச் சொன்னார். வந்திருந்த சவரத் தொழிலாளி முகவாய்க் கட்டையில் சோப்பைத் தடவியவாறு ஐயங்காரோடு பேச்சுக்கொடுக்கலானார். ஐயங்கார் பேச்சுவாக்கில் மாவட்ட கலெக்டரை ஆதரித்துப் பேசிவிட்டார். அந்த சவரத் தொழிலாளி ஐயங்காரிடம் "நீங்கள் தேசியவாதிகளை எதிர்ப்பவரா?" என்று கேட்டார் 'ஆமாம்' என்று பதிலளித்தார் ஐயங்கார்.

இந்தப் பதிலைக் கேட்டவுடன் சவரத் தொழிலாளி சவரம் செய்வதை இருந்த நிலையிலேயே பாதியில் விட்டு எழுந்து வேக வேகமாக ஐயங்காரின் கூற்றுக்கான தனது கடும் அதிருப்தியை வெளிப்படுத்தும் பொருட்டு அந்த இடத்தை விட்டே கோபத் துடன் சென்றுவிட்டார். இதை அன்றைய 'ஹிந்து' இதழ் 'A barbar refuses to shave' என்ற தலைப்பில் இதற்கொரு முக்கியத்துவம் கொடுத்து ஒரு செய்தியை வெளியிட்டிருந்தது. தேசபக்தர்களுக்கு எதிரான சிந்தனையுள்ள எவராக இருப்பினும் அத்தகையவர்களை அனைத்து நிலையிலுள்ள தொழிலாளர் களும் முற்றாகப் புறக்கணிக்க வேண்டும் என்ற உணர்வு அப்போது அப்பகுதியில் மேலோங்கியிருந்தது.

இதே போன்று வங்க மாநிலத்திலுள்ள 'பாரிசால்' எனும் ஊரில் உள்ள சவரத் தொழிலாளர்கள் எல்லோரும் ஒன்று கூடி அயல்நாட்டுப் பொருட்களைப் பயன்படுத்தும் யாராக இருந்தாலும் அவர்களுக்கு சவரம் செய்வதில்லை என்று ஏகமனதாக முடிவெடுத்துச் செயல்படுத்தினர். இந்தச் செய்தியை பாரதியார் தனது 'இந்தியா' இதழில் வெளியிட்டதோடு "இதை இதர மாகாண சுதேசிகள் தயவு செய்து கவனிக்க வேண்டும்" என்ற தனது கருத்தையும் இணைத்து ஓர் ஆலோசனையாக வெளியிட்டிருந்தார்.

இந்திய விடுதலைப் போராட்டத்தில் ஆங்கிலம் அறிந்த அறிஞர்கள் மட்டுமல்ல, படித்த - உலகம் தெரிந்த படிப்பாளிகள் மட்டுமல்ல, தொழில் அதிபர்களாக விளங்கிய செல்வந்தர்கள் மட்டுமல்ல, படைப்பாளிகள் - கலைஞர்கள் - கவிஞர்கள் மட்டுமல்ல, அரசியல் கட்சியின் ஆகச் சிறந்த தலைவர்கள் மட்டுமல்ல, அக்கட்சிகளால் பயிற்றுவிக்கப்பட்ட உணர்ச்சிமிகு தொண்டர்கள் மட்டுமல்ல சாமானியர்களாக விளங்கிய சராசரி மனிதர்கள் பலரும் சர்வபரித் தியாகம் செய்துள்ளனர் என்பதை நாம் என்றென்றும் மறக்கலாகாது.

18
அறிவா? அன்பா?

பாராட்டும் பண்பு ஒருவரின் மனவளத்தை வெளிப்படுத்துகிறது. நல்லது நடக்கும்போது பாராட்டுவதும் அல்லது நடக்கும்போது ஆரோக்கியமான விமர்சனத்தை முன்வைப்பதும் மனிதர்களுக்குத் தேவைப்படும் அடிப்படையான பண்புகளில் ஒன்று என்று கூடச் சொல்லலாம்.

நண்பர் வீட்டில் குடும்பத்தார் அனைவரும் ஒன்றாக அமர்ந்து சாப்பிட்டுக்கொண்டிருந்தனர். குடும்பத் தலைவராக விளங்கும் தந்தையார் சாப்பாட்டில் உள்ள குறை ஒன்றை எடுத்து விலாவாரியாக விளக்கிக் கொண்டிருந்தார். கல்லூரிக்குச் செல்லும் மகன் சாப்பிட்டுக்கொண்டே தந்தையிடம் கேட்டான் "அப்பா... அம்மா எப்போதும் மிகச் சிறப்பாக சமைத்ததே இல்லையா?" என்று கேட்டான். அதற்குத் தந்தையார், "சமைத்திருக்கிறாள்" என்றார். "அப்படி யானால் அதுமாதிரி சிறப்பாகவும் சுவையாகவும் சமைத்த பொழுது ஒருமுறைகூட நீங்கள் ஒரு வார்த்தை கூட பாராட்டியதே இல்லையே!" என்று மகன் கேட்டார். "நன்றாகச் சமைக்க வேண்டியது அவர்கள் கடமை. அதற்கெதற்குப் பாராட்ட வேண்டும்" என்று தந்தை எதிர்க்கேள்வி கேட்டார்.

அதற்கு பதில் சொன்ன மகன் "ஒருவர் சிறப்பாகப் பணி செய்கிறபோது பாராட்டுகிறவர்களுக்குத்தான் அவர்கள் தவறு செய்கிறபோது விமர்சிப்பதற்கு உரிமை இருக்கிறது" என்று சொன்னானே பார்க்கலாம்! இது ஏதோ எப்போதோ புதிய தத்துவம் மாதிரி காதிற்குள் விழுந்தது பல்லாண்டுகளுக்குப் பிறகு இன்றும் இக்கருத்து நெஞ்சில் பதிந்து கிடக்கிறது.

நல்ல குடும்பம் என்பதால் இத்தகைய கருத்துகளை அவர்கள் மனம் விட்டுப் பகிர்ந்துகொள்ள முடிகிறது. குடும்பத் தலைவரும் ஜனநாயக உள்ளம் படைத்த பக்குவமான மனிதர். ஆகவேதான் மகன் சொன்ன இந்தக் கருத்தை மௌனப் புன்னகையுடன் அங்கீகரித்தார். இன்னும் சொல்லப் போனால் மகன் இத்தகைய ஆழமான கருத்துகளை அழகாகச் சொல் கிறானே என்று அவர் நினைத்தது அவர் முகத்தில் பிரதிபலித்தது. கருத்துச் சொல்லும் சுதந்திரமும் அதனை கவனமாகக் கேட்கும் சூழ்நிலையும் இருக்கிற குடும்பங்களில்தான் உண்மையான மகிழ்ச்சி நிலவும்.

விமர்சனம் எப்படி இருக்க வேண்டும் என்பதை இலக்கியப் பேராசான் ஜீவா மிக அழகாகவும் பொருத்தமாகவும் எடுத்துக் காட்டுடன் சொல்லியிருக்கிறார். "நமக்குள் ஒருவருக்கொருவர் செய்து கொள்ளும் விமர்சனம் பூனை தன் குட்டியைக் கவ்வுவது போல் இருக்க வேண்டும். பூனை எலியைக் கடித்துக் குதறுகிற மாதிரி இருக்கக்கூடாது"என்று கூறியுள்ளார் ஜீவா.

அறிவா? அன்பா? என்ற பட்டிமன்றம் காலங்காலமாக நடைபெற்று வருகிறது. அறிவை விரிவு செய்ய வேண்டியதும் அதனை ஆழப்படுத்த வேண்டியதும் அவசியம்தான். 'அறிவுடை யார் எல்லாம் உடையார்'என்று வள்ளுவம் சொல்வதும் வாஸ்தவம்தான். அந்த அறிவு தனித்து நிற்குமெனில் அதற்கு அழகு இல்லை. அறிவு அன்போடு கலக்கும்போதுதான் அது முழுமை யடைகிறது. முழுப்பயனையும் தருகிறது. ஒருவேளை அரிதின் முயன்றும் அறிவைப் பெருக்கிக் கொள்ள இயலாவிடிலும் சராசரி வாழ்க்கையாவது வாழ்ந்துவிடலாம். ஆனால்... அன்பில்லாத வாழ்க்கை என்றும் அரை வாழ்க்கைதான். ஏன் அரைகுறை வாழ்க்கைதான் என்று கூடக் கூறலாம்.

'அன்பின் வழியது உயர்நிலை' என்பதும் வள்ளுவப் பெருந்தகையின் வாக்குதானே! அதிகாரம் நிலைக்கத்தக்கதல்ல

நிரந்தரமானதுமல்ல! அன்பு உண்மையானது... நிலையானது... அனைவரையும் அரவணைக்கும் ஆற்றல் மிக்கது.

அன்பை அடிப்படையாகவும் அடித்தளமாகவும் கொண்டு கட்டப்படும் வாழ்க்கைக் கட்டடம் என்றென்றும் வலுவுடனும் பொலிவுடனும் காணப்படும்.

வாழ்வியல் கருத்துகள் பலவற்றை நமக்குக் கற்றுத் தருபவை இலக்கியங்களே! அற இலக்கியங்கள் அக வாழ்க்கை பற்றியும் புற வாழ்க்கை குறித்தும் நமக்குச் சொல்லித் தருகின்றன. அறம் செய் என்று நம் முன்னோர்கள் நமக்கு கட்டளையிடவில்லை. செய்ய வாய்ப்பிருந்தால் செய்யுங்கள். அவ்வாறு நடைமுறையில் செய்ய இயலவில்லையெனில் அவ்வாறு செய்ய விருப்பம் கொள்ளுங்கள் என்று நயத்தக்க நாகரிகத்தோடு நம்முடைய இலக்கியம் நமக்குச் சொல்கிறது. ‘அறம் செய விரும்பு’ என்பது ஔவைப் பிராட்டியின் அமுத மொழியல்லவா?

‘யாதும் ஊரே யாவரும் கேளிர்’ என்ற வைர வரிகள் உலகத்தாரையே நமக்கு உறவினர்கள் என்று சொல்லும்போது நம் நாட்டில், உள்ளூரில் இருக்கிற எந்தச் சாதியினரும் எம் மதத்தினரும் வெவ்வேறு இனத்தவரும் நமக்குச் சொந்த சகோதரனன்றோ! இந்தப் பாசமும் நேசமும் நம் நெஞ்சில் கொஞ்சம் கொஞ்சமாகப் படர்ந்து வளர்ந்தால் தேசமே மகிழ்ச்சிக் கடலில் திளைக்கும் அல்லவா?

வாழ்வியலுக்கு அடிப்படை அன்புதான் என்பதை சங்க இலக்கியத்திலிருந்து சகல தமிழ்ப் படைப்புகளும் பிரகடனப் படுத்துகின்றன.

அன்பு, சமூகத்தில் மனிதநேயத்தை வளர்ப்பதோடு ஒவ்வொரு தனி மனிதனின் வாழ்க்கையையும் வளப்படுத்தும் அபூர்வசக்தி என்றுஅறிஞர்கள் அத்தனை பேருமே ஒரே குரலில் உரக்கச் சொல்கின்றனர்.

இதில் வரும் ‘நண்பர்’ இந்நூலாசிரியரே. நூலாசிரியர் கல்லூரி மாணவனாக இருந்தபோது அவருக்கும் அவரது தந்தைக்கும் இடையில் நடைபெற்ற கருத்துப் பரிமாற்றத்தை அடிப்படையாகக் கொண்டது இவ்வுரை.

19

இளமைக்கு இலக்கணம்

சிராவயல் காந்தி ஆசிரமப் பள்ளியில் ஆசிரியராகப் பணியாற்றிக்கொண்டிருந்த ஜீவாவுக்கு அப்போது 20 வயதுதான் இருக்கும். அதற்கு முன்பே சாதி யொழிப்பு நடவடிக்கைகளிலும், தேச சேவை இயக்கங்களிலும் தீண்டாமை எதிர்ப்புப் போராட்டங் களிலும் பங்கேற்ற அனுபவத்துடன் விளங்கினார் ஜீவா. அத்தகைய வித்தியாசமான கொள்கைகளும் சிந்தனைகளும் அவருக்கு இயல்பாகவே அமையப் பெற்றிருந்தன.

எட்டாம் வகுப்பு வரை மட்டுமே படித்திருந்தாலும் ஆங்கில வழிக் கல்வியில் படித்திருந்த காரணத் தினாலும் செய்தித்தாள் மற்றும் புத்தகங்களை ஆழ்ந்து வாசிக்கிற பழக்கமுடையவராக விளங்கிய காரணத்தாலும் காந்தியடிகள் நடத்திய 'யங் இந்தியா' என்ற ஆங்கில இதழை தவறாமல் வாசித்து வந்தார் ஜீவா.

ஒருமுறை காந்தியடிகள் 'யங் இந்தியா' இதழில் எழுதிய கட்டுரையில் இந்தியா விடுதலைப் பெற்றால் சாதி ஏற்றத் தாழ்வுகள் இருக்காதெனினும் வர்ணா சிரம தரும முறை நீடிக்குமென்றும் பெண்ணடிமைத் தனம் இருக்காதெனினும் ஆண்களுக்குப் பெண்கள்

அடங்கித்தான் நடக்க வேண்டுமென்றும் அர்த்தம் தொனிக்கின்றாற் போன்று ஒரு கட்டுரை எழுதியிருந்தார். இதைப் படித்து அதிர்ச்சியடைந்த ஜீவா அக்கருத்திற்கு மாற்றாக தனது கருத்தை ஒரு நீண்ட கடிதமாக காந்தியடிகளுக்கு எழுதி யனுப்பினார்.

இந்தச் சம்பவம் முடிந்து சில மாதங்கள் கழித்து காந்தியடிகள் காரைக்குடிக்கு வருகை புரிந்தார். காரைக்குடி நிகழ்ச்சியை முடித்த பிறகு சா.கணேசன், ராஜாஜி போன்றவர்களிடம் "ஜீவானந்தம் என்பவரை சந்திக்க சிராவயல் என்ற ஊருக்குச் செல்லவேண்டும்" என்று கூறியுள்ளார். "நீங்கள் அவசியம் சந்திக்க வேண்டுமென்றால் அவருக்கு சொல்லியனுப்பி இங்கே அவர் வர ஏற்பாடு செய்துவிடலாம்" என்று காந்தியடிகளிடம் காரைக்குடி நிகழ்ச்சி ஏற்பாட்டாளர்கள் பதில் கூறினர். "இல்லை... இல்லை... அவரை அவர் இருக்கும் சிராவயல் சென்றுதான் சந்திக்க வேண்டும்" என்று காந்தியடிகள் வலியுறுத்த காந்தியடிகளை சிராவயலுக்கு அழைத்துச் சென்றனர்.

ஜீவா ஏற்கெனவே 'யங் இந்தியா' இதழில் காந்தியடிகள் எழுதிய கட்டுரைக்கு மாற்றுக் கருத்தைப் பதிவு செய்யும் நோக்கத்தோடு எழுதிய கடிதத்திற்கே காந்தியடிகள் ஜீவாவின் கருத்து குறித்து தான் யோசிப்பதாகவும், தமிழகம் வருகிற போது சந்திக்கலாம் என்றும் ஜீவாவுக்கு பதில் எழுதியிருந்தார். ஜீவா அதை பெரிதாக எடுத்துக்கொள்ளவில்லை. மரியாதைக்காக அவ்வாறு காந்தியடிகள் எழுதியிருக்கிறார் என்றே ஜீவா எண்ணியிருந்தார்.

காந்தியடிகள் நேராக சிராவயல் காந்தி ஆசிரமப் பள்ளிக்கு வந்து சேர்ந்துவிட்டார். "எவ்வளவு பெரிய மனிதர்... இக் குக் கிராமத்திற்கு... அதுவும் எம்மைச் சந்திக்க வந்துள்ளார்" என்று காந்தியடிகளைப் பார்த்து ஜீவா மலைக்க, "இவ்வளவு இளைஞரா நம்மை இந்த அளவுக்கு சிந்திக்க வைத்தார்" என்று ஜீவாவைப் பார்த்து காந்தியடிகள் வியக்க... அந்தக் காட்சியே பெரும் பரபரப்பையும் பதற்றத்தையும் அங்குள்ள அனைவருக்கும் உருவாக்கியது.

தன் பெயரில் இயங்கும் ஆசிரமத்தையும் ஆசிரமத்தின் சார்பில் நடைபெறும் பள்ளியையும் பொறுமையாகச் சுற்றிப் பார்த்தார் காந்தியடிகள்.

ஜீவா அந்தப் பகுதியின் தலித் மக்களுக்கு கல்வி கற்றுக் கொடுப்பதில் மிகவும் முனைப்புக் காட்டியிருந்தார். அங்குள்ள தலித் மக்களின் குழந்தைகளுக்கு வைக்கப்பட்டிருந்த பெயர்களை யெல்லாம் மாற்றி நல்ல தமிழ்ப் பெயர்களாகவும் அழகாக - அழைப்பதற்கே மகிழ்ச்சியூட்டும் வகையிலான பெயர்களாகவும் மாற்றி அமைத்திருந்தார் ஜீவா. தீண்டாமைக் கருத்துகளுக்கு எதிராக தீவிர பிரச்சாரங்களைச் செய்து அப்பகுதியில் ஓரளவு விழிப்புணர்வை ஏற்படுத்தியிருந்தார் ஜீவா. அனைத்திற்கும் காந்தியடிகளின் மீது கொண்டிருந்த பற்றும் நம்பிக்கையும் அவருக்கு இயல்பாக அமையப் பெற்ற சமத்துவக் கொள்கையின் மீதிருந்த உறுதியும்தான் காரணமாக விளங்கியது.

ஆசிரமத்தைச் சுற்றிப் பார்த்த பிறகும், ஜீவாவிடம் பேசிப் பார்த்த பிறகும் காந்தியடிகள் ஜீவாவைப் பார்த்து "உங்களுக்கு என்ன சொத்து இருக்கிறது" என்று கேட்டார். "இந்தியாதான் எனது சொத்து" என்று அழுத்தமான பதிலளித்தார் ஜீவா. இந்தப் பதிலைக் கேட்டுப் பரவசப்பட்ட காந்தியடிகள், "இல்லை... இல்லை... நீங்கள்தான் இந்தியாவின் சொத்து" என்று ஜீவாவைப் பாராட்டி விட்டு விடை பெற்றார்.

இந்த ஒரு நிகழ்ச்சி நமக்கு ஓராயிரம் பாடங்களைப் புகட்டுகின்றன. இளம் வயதிலிருந்தே ஆழமான கொள்கைப் பற்றாளராக வளர்ந்த இளைஞரைப் பார்க்கின்றோம். அந்த இளைஞரின் கடிதம் மூலம் வெளிப்பட்ட கருத்திற்கு மதிப்பளித்த மகத்தான - விரிந்த - விசாலமான ஜனநாயக உள்ளம் படைத்த மாபெரும் தேசத்தின் உச்சகட்டத் தலைவரின் நேர்மையை தரிசிக்கின்றோம்.

ஆம்... ஜீவா போன்ற தேசத்தின் சொத்தை தேடித் தேடிக் கண்டுபிடித்து சேகரித்து அவர்களை மேலும் மேலும் தேசத் தொண்டாற்ற வைத்த ... தேசத்தின் மகத்தான... மகத்துவம் மிக்க தந்தைதான் மகாத்மா காந்தியடிகள்.

20

மக்கள் இலக்கியத்தின் முன்னோடி

ரஷ்ய நாட்டு நாவல்களும் சிறுகதைகளும் இந்திய வாசகர்களை அக்காலத்திலேயே கவர்ந்திருந்தன. ரஷ்ய மொழிப்படைப்புகளின் எதார்த்த அணுகு முறையும், ஏறத்தாழ இரு நாடுகளின் அரசியல், பொருளாதார, சமூகவியல் நிலைமைகளும் ஒன்று போலவே இருந்ததும், ரஷ்யப் படைப்புகளுக்கு இந்தியாவில் வரவேற்பு இருந்ததற்கான முக்கியக் காரணங்களாக ஆய்வாளர்கள் குறிப்பிடுகின்றனர்.

லியோ டால்ஸ்டாய், ஆண்டன் செகாவ், தோஸ் தவஸ்கி, மாக்சிம் கார்க்கி ஆகியோரின் படைப்பு களுக்கு இந்தியாவில் அமோக வரவேற்பு தொடக்க காலங்களிலிருந்தே இருந்து வருகிறது.

'ரஷ்யப் புரட்சியின் கண்ணாடி' என்று மாமேதை லெனினால் பாராட்டப்பட்ட லியோ டால்ஸ் டாயை மகாத்மா காந்தியடிகள் மிக உயர்வாக மதித்தார். அதேபோல மாக்ஸிம் கார்க்கியின் உன்னதமான சிறப்புகள் அனைத்தையும் முதன் முறையாகக் கண்டறிந்து இந்திய மக்களுக்கு எடுத்தியம்பியதும் மகாத்மா காந்தியடிகள்தான்.

1905 ஆம் ஆண்டு 'இந்தியன் ஒப்பீனியன்' என்ற இதழில் காந்தியடிகள், கார்க்கியைப் பற்றி தெளிவாகவும் அழுத்தமாகவும் ஒரு கட்டுரை வடிவில் தனது கருத்துகளை எழுதி வெளியிட்டுள்ளார்.

"சில காலத்திற்கு முன்னர் ரஷ்யாவில் ஒரு மக்கள் எழுச்சி ஏற்பட்டது. அதில் பங்கெடுத்துக் கொண்ட முக்கியப் பிரமுகர் களில் கார்க்கியும் ஒருவர். அவர் வறுமையில் பிறந்து வறுமை யிலேயே வளர்ந்தவர். ஆரம்பத்தில் செருப்புத் தைக்கும் தொழிலாளி ஒருவரிடம் பயிற்சி பெறுபவராக வேலைக்குச் சேர்ந்தார். ஆனால் சிறிது காலத்திற்குப் பின்னர் கார்க்கி அவ்வேலையிலிருந்து நீக்கப்பட்டார். அதன் பின்னர் ரஷ்ய ராணுவத்தில் சேர்ந்தார். இராணுவத்தில் பணியாற்றிய காலகட்டத்தில்தான் அவர் கார்க்கி கல்வியில் நாட்டம் கொண்டார். 1892-இல் கார்க்கி தனது முதல் நூலை எழுதினார். அந்நூல் வாசகர்களின் பெரும் வரவேற்பை பெற்று கார்க்கிக்குப் பெரும் புகழைச் சேர்த்தது. இந்த வெற்றி அவரை தொடர்ந்து எழுதத் தூண்டியது" என்று கார்க்கியின் வரலாற்றையே சாறாகப் பிழிந்து 'இந்தியன் ஒப்பீனியன்' இதழில் வெளியான கட்டுரையில் காந்தியடிகள் எழுதியிருந்தார்.

அக்கட்டுரையின் கடைசி வரிகளில் கார்க்கியைப் பற்றி காந்தியடிகள் குறிப்பிடும்போது 'மாக்ஸிம் கார்க்கியைப் போல மக்களின் உரிமைகளுக்காகப் போராடிய வேறு எந்த எழுத் தாளரும் ஐரோப்பாவில் இல்லை" என்று அடித்து கூறியுள்ளார்.

கார்க்கியின் சொந்த வாழ்க்கைச் சூழலே, அவர் வளர்ந்த விதமே, அவருக்கு அவர் வாழ்வில் கிடைத்த நேரடி அனுபவமே மக்களின் துன்ப துயரங்களை நேரில் காணவும் மக்களின் இதயத் துடிப்பைத் துல்லியமாகப் புரிந்துகொள்ளவும் அவருக்கு முழுமை யாக வாய்ப்பளித்துள்ளது. சமுதாயத்தை தனது அனுபவத்தின் வாயிலாகவும் அயராத தனது தேடல் உணர்வின் காரணமாகவும் கச்சிதமாக சரியான கோணத்தில் புரிந்துகொண்டதால்தான் கார்க்கியின் எழுத்துக்களில் உண்மையும் உயிரோட்டமும் இருக்கிறது.

இந்தியாவின் புகழ் பூத்த எழுத்தாளர் சரத் சந்திர சட்டர்ஜி கார்க்கியின் படைப்புகள் குறித்துக் கூறும்போது "முற்றிலும் புதிய கண்ணோட்டத்தை, புதிய சிந்தனைகளை, புதிய பாணியை, புதிய உத்தியை கார்க்கியின் படைப்புகளில் நீங்கள் காண்பீர்கள். கார்க்கி மனித சமுதாயத்திற்கு ஒரு புதிய அறிவுரையை வழங்கி யுள்ளார். அவரது நூல்களை நீங்கள் படிக்காவிட்டால் உங்களுக்கு

வாழ்க்கையின் ஒரு மிக முக்கிய அம்சத்தைப்பற்றி அறிய முடியாம லேயே போய்விடும்" என்று நெகிழ்ச்சியுடன் குறிப்பிடுகிறார்.

கார்க்கியின் படைப்புகளில் முதன் முதலில் 'தாய்' என்ற அவரது பிரசித்தி பெற்ற நாவல்தான் முதன்முதலில் இந்திய மொழிகளில் மொழி பெயர்க்கப்பட்டது. ஏறத்தாழ எழுபத்தைந்து ஆண்டுகளுக்கு முன்பே 'அன்னை' என்ற தலைப்பில் பராமஸ்வாமி யின் மொழிபெயர்ப்பில் தமிழில் கார்க்கியின் நாவலின் சுருக்கம் வெளியாகிவிட்டது. இந்நூலுக்கு பிரபல தமிழ் எழுத்தாளர் வரா. முன்னுரை எழுதியிருப்பது குறிப்பிடத்தக்கதாகும். பின்னர் 1952-இல் தொ.மு.சி ரகுநாதன் 'தாய்' என்று தலைப்பிட்டு அதே நாவலை அவரது மொழிபெயர்ப்பு நூலாகக் கொண்டு வந்தார். அம்மொழிபெயர்ப்பு இன்றளவும் அனைவராலும் மிகவும் பாராட்டப்படுகிறது.

இந்தியாவின் மிகப் பிரபலமான முன்னணி நாவலாசிரியர் டாக்டர் பவானி பட்டாச்சாரியா "கார்க்கி மக்கள் இலக்கி யத்தின் முன்னோடியாவார்"என்று குறிப்பிட்டதோடு "மிகப் பல இந்திய எழுத்தாளர்களுக்கு கார்க்கி மாபெரும் வழிகாட்டியாக திகழ்ந்து வருகிறார்" என்றும், "அவரது கதாபாத்திரங்களின் வாயி லாக வெளிப்படும் ஆவேசமிக்க மனிதாபிமானமானது நமது இலக்கிய உத்திகளின் முறை உருவாவதற்குப் பெரிதும் உதவிற்று" என்றும் நன்றிப் பெருக்கோடு கூறியுள்ளார்.

"இலக்கியமே உலகின் இதயம்" என்றார் மாக்ஸிம் கார்க்கி. ஆம்... நல்ல இலக்கியங்களை இதயமுள்ள உலகம் ஏற்கத்தானே செய்யும்.

21
மாலுமிகளின் முழக்கம்

முதல் இந்திய சுதந்திரப் போராட்டம் குறித்து வெவ்வேறு கருத்துகள் முன்வைக்கப்பட்டாலும், இறுதிப் போராட்டம் குறித்து இரண்டு கருத்துகள் இருக்க வாய்ப்பில்லை. இதனை இறுதி கட்டப் போராட்டம் என்பதோடு மட்டுமல்லாது உச்சகட்டப் போராட்டம் என்றும் வரலாற்று ஆய்வாளர்கள் வர்ணிக்கின்றனர்.

பிரிட்டிஷ் ஆட்சியர் முன் கைகட்டியும், அவர்களிடம் சம்பளம் வாங்குவதற்காக கைநீட்டியும் பழக்கப்பட்டிருந்த கப்பற்படை சிப்பாய்கள் நடத்திய போராட்டம்தான் ஆங்கிலேய ஆட்சிக்கு எதிராக உறுதியாக அடிக்கப்பட்ட கடைசி ஆணி என்று கூறினால் கூட அது மிகையாகாது.

1946 பிப்ரவரி மாதம் 18 ஆம் தேதி பம்பாய் துறைமுகத்திலிருந்த 'தல்வார்'எனும் கப்பற்படையின் பயிற்சிக் கப்பலில்தான் இந்தப் போராட்டம் முதன் முதலில் வெடித்தது.

அகில உலக அரசியல் சூழல் இந்தியர்களுக்குச் சாதகமாக உருவெடுத்திருந்ததே அப்போராட்டம் வெடித்திட முழு முதற் காரணம் ஆகும். இரண்டாம்

உலக யுத்தம் முடிவுக்கு வந்த பிறகு... ஹிட்லரின் ஜெர்மன் நாஜிப் படைகள் படுதோல்வி அடைந்திருந்த நிலையில்... அடிமைப்பட்டுக் கிடந்த உலக நாடுகளின் விடுதலைக்குப் பக்கபலமாக இருந்த அன்றைய சோவியத் யூனியன், போரில் மகத்தான வெற்றி பெற்றிருந்த சூழலில்... பல நாடுகளை அடிமைப்படுத்தி ஆதிக்கம் செலுத்திக் கொண்டிருந்த பிரிட்டிஷ் மற்றும் பிரெஞ்சு ஆதிக்க சக்திகள் பலகீனப்பட்டிருந்த கால கட்டத்தில், இந்தியக் கப்பற்படையில் தன்னெழுச்சியாக இப்போராட்டம் திடீரென வெடித்தது.

கப்பற்படைச் சிப்பாய்கள் தங்கள் கப்பலில் பறந்து கொண்டிருந்த பிரிட்டிஷ் ஆட்சியரின் கொடியான யூனியன் ஜாக் கொடியை கீழே இறக்கிவிட்டு, அன்றைய சுதந்திரப் போராட்டத்தில் அகில இந்திய அளவில் முன்னணியில் இருந்து செயல்பட்ட அரசியல் கட்சிகளின் கொடிகளாகிய மூவர்ணக் கதர்க்கொடி, தொழிலாளர்களின் சிவப்பு வண்ணக்கொடி, முஸ்லீம் அமைப்பினரின் பச்சைக் கொடி என்று மூன்று கொடிகளையும் கடலில் மிதந்துகொண்டிருந்த கப்பலில் ஏற்றினர்.

தலைமை அதிகாரிகளின் கட்டளைகளுக்கு கட்டுப்பட மறுத்ததோடு உயர்மட்ட அதிகாரிகளுக்கு எதிராகவே களம் இறங்கத் துணிந்துவிட்டனர் கப்பற் படையினர்.

'ராயல் இண்டியன் நேவி'யில் இருந்த இந்தியர்களுக்கு மிகவும் மோசமான உணவு வழங்கப்பட்டது. அதே நேரத்தில் அங்கு பணியாற்றிய வெள்ளையர்களுக்கு இந்தியர்கள் கண் எதிரிலேயே மிகச் சிறந்த உணவு அளிக்கப்பட்டது. விடுமுறை வசதி, வைத்திய வசதி முதலிய அனைத்திலும் மிகுந்த பாகுபாடு காட்டப்பட்டது. வெள்ளை அதிகாரிகள் இந்திய மாலுமிகளை மிகக் கேவலமான முறையில் நடத்தினர். மனம் நோகும் அளவுக்குத் திட்டுவதும், கொடூரமாக தண்டிப்பதும் சர்வ சாதாரணமாக நடந்தது. நிறவெறியும் தாண்டவமாடியது.

வெள்ளையர்களின் இத்தகைய தொடர் நடவடிக்கைகள் இந்திய மாலுமிகள் மனதில் கொந்தளிப்பை ஏற்படுத்துவதற்கு அடித்தளமாக அமைந்தன. காலப்போக்கில் தங்களுக்குக் கிடைக்க வேண்டிய சலுகைகள், உரிமைகள் என்பதையும் தாண்டி ஆங்கிலேய ஆட்சிக்கு எதிரான அரசியல் போராட்டமாக இது வடிவம் பெற்றது.

கப்பற் படை புரட்சி தொடங்கிவிட்ட செய்தி பம்பாய் கடற்கரையில் இருந்த ‘தல்வார்’எனும் கப்பலிலிருந்து காட்டுத் தீ போல் நாடெங்கும் பரவியது.

ஒரு கப்பலில் தொடங்கி பம்பாய் துறைமுகத்திலிருந்து அறுபது போர்க்கப்பல்களில் பணியாற்றிய அனைத்து மாலுமி களின் வேலை நிறுத்தப் போராட்டமாக இது சில நிமிடங்களில் மாறியது. வேலை நிறுத்தம் செய்த மாலுமிகளும் சிப்பாய்களும் ஆயிரக்கணக்கில் கப்பல்களை விட்டுக் கீழே இறங்கி பம்பாய் நகரத் தெருக்களில் முழக்கமிட்டவாறு ஊர்வலமாகச் சென்றனர்.

இதற்கிடையில் புரட்சியில் இறங்கிய கப்பற்படையினரைச் சுட்டுத்தள்ள தரைப்படையினருக்கு ஆணையிட்டது. ஆனால் அவர்கள் புரட்சிக்கு ஆதரவு தெரிவித்ததோடு வெள்ளை அதிகாரிகளின் வெறித்தனமான கட்டளைகளுக்குக் கட்டுப்பட மறுத்தும் விட்டனர். இதேபோன்று மராட்டியக் காவல் துறையினரும் நடவடிக்கைகளில் இறங்க திட்டவட்டமாக மறுத்துவிட்டனர். கூர்க்காப் படையினர்கூட கப்பற்படை சிப்பாய்களுக்கு எதிராக களமிறங்க மாட்டோம் என்று கறாராகக் கூறிவிட்டனர்.

தொழிலாளர் இயக்கங்கள், வணிகர் அமைப்புகள் போன்றவை கூட இப்புரட்சிக்கு ஆதரவு தருகிற விதத்தில் கடையடைப்பில் ஈடுபட்டனர். தொழிற்சங்கங்கள் ஆதரவு போராட்டங்களையே நடத்தத் தொடங்கிவிட்டன. புரட்சி பம்பாய் துறைமுகத்தோடு நிற்கவில்லை. இந்திய நாட்டிலுள்ள கொச்சி, சென்னை, கல்கத்தா போன்ற எல்லா துறைமுகங்களுக்கும் சொல்லி வைத்தாற் போன்று ஆற்றொழுக்கமாகப் பரவி எல்லா இடங் களிலும் மக்கள் ஆதரவையும் பெற்றது. ஏற்கெனவே கொதி நிலையில் நீண்ட காலமாக இருந்த மாலுமிகளும் மக்களும் இப்புரட்சி காரணமாக வெடித்துக் கிளர்ந்தனர். ஒருகட்டத்தில் இப்போராட்டத்தில் நூற்றுக்கணக்கான மாலுமிகளும் சிப்பாய் களும், அதிநவீனக் கருவிகளைக்கொண்டு, வெள்ளைச் சிப்பாய் களையும் அதிகாரிகளையும் வைத்து சூழ்ச்சி செய்து சுட்டுக் கொல்லப்பட்டனர்.

இப்புரட்சி இறுதி வெற்றி பெறவில்லையாயினும் இனியும் இந்தியாவில் இருந்து நீடித்து ஆட்சி புரிகிற சூழல் இல்லை என்று ஆங்கிலேய ஆட்சியாளர்கள் முடிவுக்கு வருவதற்கு கப்பற்படை புரட்சி ஆழமான அடித்தளமிட்டுள்ளது என்பதில் எவ்விதச் சந்தேகமும் இல்லை.

22

மக்களின் கவிஞர்

உலக வரலாற்றில் மிகவும் இளம் வயதிலேயே சிகரத்தைத் தொட்ட சாதனையாளர்கள் ஏராளமாக உள்ளனர். அவர்களின் வயதிற்கும் அவர்கள் செய்த சாதனைக்கும் சம்பந்தமே இல்லை என்று கூறத்தக்க அளவுக்குக் கூட பலர் மகத்தான சாதனை புரிந்துள்ளனர்.

வீரத்துறவி விவேகானந்தரின் கருத்துகளையும் அவரின் சொற்பொழிவாற்றலையும் அவரின் மங்காப் புகழையும் அடிப்படையாகக் கொண்டு பார்க்கிறபோது அவர் மறையும்போது அவருக்கு 39வயதுதான் ஆகிறது என்றால் நம்மால் நம்ப முடிகிறதா?

பாரதியின் வீரியம் மிக்க கவிதைகளையும் விடுதலைப் போரில் அவரது மகத்தான பங்களிப்பையும், இதழாளராக இருந்து அவர் ஏற்படுத்திய தாக்கத்தையும் உற்று நோக்குகிறபோது அவருக்கும் மறைகிறபோது வயது 39தான் என்றால் எவரேனும் ஏற்பார்களா?

இந்த வரிசையில் நம்மை ஆச்சரியத்தில் ஆழ்த்துபவர் புகழ்மிக்க கவிஞரும் கீர்த்தி மிக்க திரைப்பட

பாடலாசிரியருமான மக்கள் கவிஞர் பட்டுக் கோட்டை கல்யாணசுந்தரம்தான்.

"சின்னப் பயலே சின்னப் பயலே சேதி கேளடா..." என்ற இவரது பாட்டையும் "திருடாதே பாப்பா திருடாதே" என்ற பாட்டையும், "தூங்காதே தம்பி தூங்காதே, சோம்பேறி என்ற பெயர் வாங்காதே" என்ற பாட்டையும் கேட்ட தமிழ் மக்கள் இவரின் அறிவு முதிர்ச்சியையும் அனுபவத் தேர்ச்சியையும் கண்டு ஆச்சரியப்பட்டார்களல்லவா? இவரது தத்துவப் பாடல் களையும் சமூகப் பாடல்களையும் உழைப்பின் மேன்மை குறித்த உன்னதப் பாடல்களையும் உழைப்பாளர்களின் உயர்வு பற்றிய சித்தாந்தப் பாடல்களையும் கேட்டு தமிழ்கூறும் நல்லுலகமே சிலிர்த்துப் போனது.

தமிழகத்தின் பட்டி தொட்டிகளிலெல்லாம் இவரது பாடல்கள் பரவலாக ஒலிக்கத் தொடங்கின. அதுவரை திரைப்பட அரங்குகளில் படம் திரையிட்டவுடன் வரிசையாக அப்படத்தை உருவாக்கிய கலைஞர்களின் பெயர்கள் திரையில் விழுகிறபோது தன் நெஞ்சைக் கவர்ந்த பிரபல கதாநாயகர்கள் பெயர் திரையில் தெரிகிறபோது மட்டுமே பலத்த கரவொலி எழுப்பிய ரசிகர் பட்டாளம் முதன் முறையாக பாடல் ஆசிரியர் "பட்டுக்கோட்டை கல்யாணசுந்தரம்" என்ற எழுத்தைத் திரையில் பார்த்தவுடன் மிகுந்த பரவசத்தோடு அரங்கமே அதிர கைதட்டினர்.

மக்களை சிந்திக்க வைக்கும் பாடல்களை - மிகவும் கண்ணியம் கலந்த சொற்களை மட்டுமே கொண்டு எழுதி மக்களின் மகத்தான ஆதரவைப் பெறுவது அவ்வளவு சுலபமான விஷயமா? இயல்பான எளிமையும் ஆழமான கருத்தும்தான் கல்யாண சுந்தரத்திற்கு கைகொடுத்த முக்கிய அம்சங்கள்.

அத்தகைய பட்டுக்கோட்டையார் கோவை பீளமேடு பகுதியில் பெரும் பெரும் தொழிற்சாலைகள் அடர்த்தியாக உள்ள ஒரு பகுதியில் 'மக்கள் மன்றம்' என்ற அமைப்பைத் திறந்து வைத்து சிறப்புரையாற்ற தேதி கொடுத்திருந்தார். அன்று இரவு அப்பகுதியில் அக்காலத்தில் புகழ்பெற்ற சினிமாக் கலைஞர்களான டி.கே.பாலச்சந்திரன். எம்.என்.கண்ணப்பா உள்ளிட்ட சிலர் நடிக்கும் நாடகத்திற்காக கோவை வந்திருந்த பட்டுக்கோட்டை யாரிடம் மக்கள் மன்ற இளைஞர்கள் அடித்துப் பிடித்துத் தேதி வாங்கிவிட்டனர்.

மாலை 4.30 மணிக்கு மக்கள் மன்றத் திறப்புவிழா நிகழ்ச்சிக்கு பட்டுக்கோட்டையும், டி.கே. பாலசந்திரனும் இந்நிகழ்ச்சியில் பங்கேற்கின்றனர். மேடையின் முன்பு மக்கள் நின்று கொண்டுதான் உரை கேட்க முடியும். கொளுத்தும் வெயிலில் கொப்பளிக்கும் தார் ரோடுதான் மேடையின் எதிரில் உள்ளது. அத்தனை அசௌகரியங்களையும் பொருட்படுத்தாது அங்கிருந்த மில் தொழிலாளர்களும் பொதுமக்களுமாக சேர்ந்து ஆயிரக் கணக்கில் உணர்ச்சி பொங்க பட்டுக்கோட்டையாரைப் பார்க்கவும், அவரின் உரை கேட்கவும் பரவசத்தோடு திரண்டு விட்டனர்.

"மக்கள் கவிஞர் பட்டுக்கோட்டை கல்யாணசுந்தரம் வாழ்க" என்று விண்ணதிர இடைவெளியின்றி நரம்புகள் புடைக்க உரக்க முழக்கமிட்டனர். பட்டுக்கோட்டையார் மேடையில் ஏறியபோது மக்களின் உணர்ச்சி உச்சத்திற்கே சென்றுவிட்டது.

"அடுத்தது பட்டுக்கோட்டை கல்யாணசுந்தரம் சிறப்புரை ஆற்றுகிறார்" என்று அறிவித்தனர். ஆறடிக்குமேல் வளர்ந்த பட்டுக் கோட்டையார் எழுந்து, ஒலிபெருக்கி முன் நின்றார். "வெள்ளத்தின் பெருக்கைப்போல்..." என்றவர் பேசத் தொடங்கியவுடன், அவருக்கு கடகடவென கண்ணீர் வந்துவிட்டது. அப்போதும், "மக்கள் கவிஞர் வாழ்க" என்ற முழக்கம் ஓய்ந்தபாடில்லை.

உணர்ச்சிவசப்பட்ட பட்டுக்கோட்டையார், அதற்குமேல் எவ்வளவோ முயன்றும் கண்ணீர்தான் பெருக்கெடுத்ததே தவிர, சொற்பெருக்கு எடுக்கவில்லை. பக்கத்திலிருந்த பாலச்சந்திரன் அவரை ஆசுவாசப்படுத்தி அமர வைத்தார். அந்தக் கூட்டத்தில் இறுதி வரை பேச முடியாதவாறு திரும்பினார் பட்டுக்கோட்டை யார். மக்கள் அவர்மீது காட்டிய அளவற்ற அன்பும், அவரிடம் வெளிப்படுத்திய நம்பிக்கையும், அவரைச் செய்வதறியாது திக்குமுக்காட வைத்துவிட்டது.

பட்டுக்கோட்டையாருக்கு, மேடையில் ஏதோ ஒரு விழாக் குழுவினரால் வழங்கப்பட்ட பட்டம் அல்ல, 'மக்கள் கவிஞர்' என்பது, கோவையில் மக்களே நேரடியாகக் கொடுத்த பட்டம்.

பட்டுக்கோட்டையார் இந்நிகழ்ச்சிக்குப்பின் சரியாக 50வது நாள் நடைபெற்ற, அறுவைச் சிகிச்சையின்போது, எதிர்பாராமல் மரணமடைந்தார். அப்போது அவருக்கு வயது 29 மட்டும்தான்.

சரித்திரப் புருஷர்களாக விளங்கும் சாதனையாளர்களுக்கு வயது ஒரு தடையல்ல என்பதற்கு மக்கள் கவிஞரின் வாழ்வு ஒரு சான்றாக விளங்குகிறது.

23
உழைப்புக் களஞ்சியம்

'அகராதி' என்பது தனித்தனிச் சொற்களின் பொருள் களைக் கூறும் நூல். இதைத்தான் ஆங்கிலத்தில் Dictionary என்கிறார்கள். இத்தகைய அகராதிகள் 'நிகண்டுகள்' என்ற பெயரில் தமிழில் மிக நீண்ட காலத்திற்கு முன்பே தோன்றிவிட்டன. நவீன காலத் திற்கேற்ற அகராதிகள் முறைப்படியான விதத்தில் தமிழில் பின்னர் வெளிவரத் தொடங்கின.

'கலைக் களஞ்சியம்' என்பது முற்றிலும் வேறு விதமானது. ஆங்கிலத்தில் 'Encyclopedia' என்பதுதான் இது. இந்திய மொழிகளிலேயே முதன் முதலாக தமிழ்மொழியில்தான் 'கலைக் களஞ்சியம்' வெளி வந்தது என்பது தமிழுக்கும் நமக்கும் பெருமை.

பாரதியியல் முன்னோடி பெரியசாமிதூரன் 'கலைக் களஞ்சியம்' தமிழுக்குத் தேவை என்பதை உணர்ந்த தோடு பல்லாண்டுகள் அக்கருத்தை தன் மனதில் அடைகாத்து வந்தார். 1947-இல் நடந்த தமிழ் எழுத் தாளர்கள் சங்க மாநாட்டில் அவர் தனது கலைக் களஞ்சியத் திட்டத்தை அறிமுகம் செய்து உரை யாற்றினார். அதற்கும் முன்பாகவே பல அறிஞர் களிடம் இத்திட்டம் குறித்து கலந்தாலோசனை செய்துள்ளார்.

இத்திட்டத்தை முழுமையாகக் கேட்டறிந்த அன்றைய தமிழகக் கல்வி அமைச்சரும் சிறந்த கல்வியாளருமான தி.சு. அவினாசி லிங்கம் செட்டியார் கலைக்களஞ்சியத்தின் தேவையை நன்கு உணர்ந்ததால் இதற்கெனத் "தமிழ்வளர்ச்சிக் கழகம்" என்ற ஓர் அமைப்பையே நிறுவினார். அக்கழகத்தின் தலைவராக ஐயா தி.சு. அவினாசிலிங்கம் அவர்களும், செயலாளராக பெரியசாமிதூரன் அவர்களும் அரசால் அறிவிக்கப்பட்டு சிறப்பாகச் செயல் பட்டனர். தமிழகத்தின் மிக முக்கியத் தமிழறிஞர்கள், கல்வி யாளர்கள், இதழாளர்கள், படைப்பாளர்கள் பலர் இவ்வமைப்பின் இதர பொறுப்பாளர்களாகவும் செயற்குழு உறுப்பினர்களாகவும் இருந்து செயல்பட்டனர்.

கல்கி, மு.வரதராசனார், பொ.திருகூடசுந்தரம், ரா.பி. சேதுப்பிள்ளை, பெரியசாமிதூரன் உள்ளிட்ட பதினெட்டு அறிஞர்கள் கொண்ட பதிப்பாசிரியர் குழு அமைக்கப்பட்டது.

1948-இல் பெரியசாமிதூரன் கலைக்களஞ்சியத்தின் முதன்மை ஆசிரியராக அரசால் நியமிக்கப்பட்டார்.

வெவ்வேறு துறைகள் பற்றிய அடிப்படையாகத் தேவைப் படும் செய்திகளை அகர வரிசைப்படி ஆற்றொழுக்கமாகத் தொகுத்து வழங்கும் நூலே கலைக்களஞ்சியமாகும்.

"எனக்கு கலைக்களஞ்சியம் உருவாக்க வேண்டும் என்ற கனவு இளம் வயது முதற்கொண்டே உண்டு. அதற்கு இப்போது ஒரு வாய்ப்பை கல்வி அமைச்சர் ஐயா அவினாசிலிங்கம் செட்டியார் அவர்கள் மனமுவந்து வழங்கியுள்ளார்" என்று நன்றி உணர்ச்சி யோடு குறிப்பிடுகிறார் தூரன்.

கலைக்களஞ்சிய உருவாக்கத்தில் ஒரு முக்கியப்பணி கலைச்சொற்களை உருவாக்குவது ஆகும். சொல் உருவாக்கத்திற் கென்றே தமிழகம் பூராவிலிருந்து அதற்கான அறிஞர்களை தேர்வு செய்து, நாற்பது குழு களத்தில் இறக்கிவிடப்பட்டன. கலைக்களஞ்சிய உருவாக்கப் பணிகளை செய்வதற்கென்றே அன்றைய சென்னை பல்கலைக்கழகத் துணைவேந்தர் டாக்டர் லட்சுமணசுவாமி முதலியார் அவர்கள் பல்கலைக்கழக வளாகத் திற்குள்ளேயே ஒரு விசாலமான பகுதியை அலுவலகமாக பயன்படுத்திக்கொள்ள அனுமதி அளித்தார். இந்த அலுவலகத்தில் ஒவ்வொரு மாலைப்பொழுதும் சுமார் நான்கு மணிக்கு கலைச்சொற்கள் உருவாக்க குழுவினர் கூடிப் பேசுவார்கள்.

ஒருமுறை 'பெர்சனாலிட்டி' என்ற ஆங்கிலச் சொல்லுக்கான தமிழ்ச் சொல் எதுவாகவிருக்கும் என்பது குறித்து அறிஞர்கள் அனைவரும் மணிக்கணக்காக விவாதித்தனர். 'மூர்த்திகரம்', 'தோற்றம்', 'தோற்றப்பொலிவு', என்று அறிஞர்கள் பல்வேறு சொற்களை முன்மொழிந்தனர். இருப்பினும் யாரும் திருப்தி அடையவில்லை. இரவு நெடுநேரம் ஆகிவிட்டதால் கடைசியில் அனைவரும் சேர்ந்து தமிழறிஞர் தெ. பொ. மீனாட்சிசுந்தரனார் அவர்களிடம் அந்தப் பொறுப்பை ஒப்படைத்து, அடுத்த நாள் இது குறித்து யோசித்துவிட்டு வரும்படி அவரிடம் கேட்டுக் கொண்டனர். அவரும் ஒப்புக்கொண்டு சென்றுவிட்டு, அடுத்த நாள் மாலை அனைவரும் கூடியபோது 'பெர்சனாலிட்டி'என்ற ஆங்கிலச் சொல்லுக்கு 'ஆளுமை' என்று தமிழ்ப்படுத்தலாம் என்றார். அந்தச் சொல்லே சாலப் பொருத்தமான சொல் என்று அங்கிருந்த எல்லோராலும் ஏக மனதாக ஏற்கப்பட்டது.

ஒரு சொல் உருவாக்கத்திற்கே இவ்வளவு வரலாறு இருக் கிறது என்றால், கலைக்களஞ்சிய உருவாக்கம் எத்தகைய உழைப்பை உள்ளடக்கியதாக இருந்திருக்கும் என்று சிந்தித்தாலே மலைப்பாகவும் வியப்பாகவும் இருக்கிறது.

1948-இல் தொடங்கிய கலைக்களஞ்சியம் உருவாக்கப் பணி 1968-இல் நிறைவுற்றது. மொத்தம் பத்து தொகுதிகளாக வெளிவந்த கலைக்களஞ்சியம்தான் இந்திய நாட்டின் பிற மொழிகளில் பிற்காலத்தில் வெளிவந்த கலைக்களஞ்சியங் களுக்கு எல்லாம் அடிப்படையானது மட்டுமல்ல முன்மாதிரி யானதும் ஆகும்.

இன்று பல கலைக்களஞ்சியங்கள் வெளிவந்திருந்தாலும் முதல் கலைக்களஞ்சியத்தின் துல்லியம், ஒழுங்கு ஆகியவை நிகரில்லாதவை.

24

ஒரு சந்திப்பு சரித்திரமானது

சில சந்திப்புகள் நமது வாழ்க்கையின் போக்கையே அடியோடு மாற்றியமைக்கும் சக்தி மிக்கதாக அமைந்து விடுகின்றன. சாதாரணமாக நிகழ்கிற சந்திப்புகள் கூட சிலசமயங்களில் சரித்திர முக்கியத்துவம் வாய்ந்ததாக பிற்காலத்தில் உருவெடுத்து விடுகின்றன. வரலாறாகவே மாறிய சந்திப்புகளைக் கூடப் பார்க்கிறோம்.

வ. உ. சிதம்பரம்பிள்ளை தூத்துக்குடியிலிருந்து ஒரு பணி நிமித்தமாக சென்னை வந்தார். திருவல்லிக்கேணியிலுள்ள சுங்குராம செட்டி தெருவில் வசித்து வந்த ஒரு நண்பரின் வீட்டில் தங்கியிருந்தார் வ.உ.சி. அவர் தங்கியிருந்த வீட்டிலிருந்து சென்னை நகரத்தின் முக்கியப் பகுதிக்குச் சென்று கொண்டிருந்த வழியில் ஒரு பெரிய வீடு இருந்தது. அதுதான் 'இந்தியா' பத்திரிகையின் உரிமையாளர் திருமலாச்சாரியார் வீடு என்பதை பிறர் சொல்லக் கேட்டுத் தெரிந்துகொண்டார் வ.உ. சி.

சில நாட்கள் சென்னையில் தங்கியிருந்த வ.உ.சி ஒரு நாள் 'இந்தியா' இதழின் அதிபரைச் சந்திக்கலாமே என்று எண்ணி போகிற போக்கில் அந்த வீட்டிற்குள் நுழைந்தார். வீட்டிற்குள் சென்றவுடன்

அங்கு அமர்ந்திருந்த திருமலாச்சாரியாரிடம் தன்னை ஊர், பேர் சொல்லி அறிமுகப்படுத்திக்கொண்டார் வ.உ.சி.

உடனே திருமலாச்சாரியார் உள்ளே இருந்த இன்னொரு அறையை நோக்கி, 'பாரதி! உங்கள் ஊர்க்காரர் ஒருவர் வந்திருக் கிறார்' என்று சத்தம் போட்டுச் சொன்னார். பாரதியும் இன்னொரு வரும் அங்கு வந்தனர். அப்போதுதான் பாரதியை வ.உ.சி முதல் முறையாகப் பார்க்கிறார்.

இவர்தான் 'இந்தியா' இதழின் ஆசிரியர் சுப்பிரமணிய பாரதி என்று வ.உ. சி.க்கு பாரதியை அறிமுகம் செய்து வைத்தார் திருமலாச்சாரியார். உடனே வ.உ.சி "ஒட்டப்பிடாரம் வக்கீல் உலகநாதம்பிள்ளையின் மகன் வ.உ. சிதம்பரம்பிள்ளை" என்று தன்னை பாரதிக்கு அறிமுகப்படுத்திக்கொண்டார். "அப்படியா!" என்று சொன்னதோடு "உங்கள் தகப்பனார் எனது தகப்பனாரின் அத்தியந்த நண்பர். அவர்களை எனக்கு நன்றாகத் தெரியும், உங்களைப் பற்றியும் உங்கள் தகப்பனார் மூலம் நிறையக் கேள்விப் பட்டிருக்கிறேன்" என்று நெடுநாள் பழகியவரைப் போல கடகட வென பேசினார் பாரதி.

அங்கிருந்த நால்வரும் சிறிது நேரம் கலந்துரையாடினர். குறிப்பாக பாரதியும், வ.உ.சி.யும் நாட்டு நடப்பு குறித்து வெகு நேரம் ஆர்வமாகப் பேசிக்கொண்டனர்.

அப்படியே பேசிக்கொண்டே நால்வரும் அருகில் உள்ள கடற்கரைக்குச் சென்று அங்குள்ள மணல்வெளியில் அமர்ந்து நீண்ட நேரம் மெய் மறந்து தங்களுக்குள் பேசினர்.

பாரதியும், வ.உ.சியும், விபின்சந்திரபாலரின் சொற்பொழிவுகள் குறித்தும், செயல்பாடுகள் பற்றியும் கருத்துப்பரிமாற்றம் செய்துகொண்டனர். இதுபோன்ற இன்னபிற தேசாபிமானச் செய்திகள் குறித்தும் விரிவாகப் பேசினர்.

பாரதியின் முதல் சந்திப்பிலேயே தன் உள்ளத்தில் மின்மினிப் பூச்சிபோல் ஒளிர்ந்துகொண்டிருந்த தேசாபிமான நெருப்பு விளக்கு போல சுடர் விட்டுப் பிரகாசிக்கத் தொடங்கியதாக வ.உ.சி. தன் வரலாற்றுக் குறிப்பில் பதிவு செய்துள்ளார்.

முதல் சந்திப்பிற்குப் பிறகு நாள்தோறும் இந்தியா அலுவலகத்திற்குச் செல்வதும், பாரதியைச் சந்தித்துப் பேசுவதும் வ.உ.சி. க்கு வழக்கமாகிவிட்டது.

"இந்தச் சந்திப்புகள் பாரதியைக் கம்பனாகவும், என்னைச் சோழனாகவும் நினைக்கும்படி செய்தது!" என்று வ.உ.சி. நெகிழ்ச்சியோடு குறிப்பிடுகிறார்.

சர்வசாதாரணமாக போகிற போக்கில் அதுவும் இன்னொரு வரைச் சந்திக்கச் சென்ற இடத்தில் எதேச்சையாகச் சந்தித்துக் கொண்ட இந்த இருவரும்தான் பிற்காலத்தில் இந்திய விடுதலைப் போராட்டத்தில் தமிழ்நாட்டின் அச்சாணியாக விளங்கியவர்கள். மாபெரும் தலைவர்களாக உயர்ந்தவர்கள்.

நமது அன்றாட வாழ்வில் நிகழ்கிற சந்திப்புகள் கூட சில சமயங்களில் நல்ல சந்தர்ப்பங்களாக உருவெடுத்தாலும் ஆச்சரியப் படுவதற்கு இல்லை.

25

பாணபுரத்து வீரன்

நாடகக் காவலர்களான டி.கே.சண்முகம் சகோதரர் களுக்கு மதுரகவி பாஸ்கரதாஸ் மிகவும் நெருங்கிய நண்பர். அக்கால கட்டத்தின் தலைசிறந்த நாடக ஆசிரியராக விளங்கியவர் பாஸ்கரதாஸ். பாஸ்கர தாஸின் பாடல்கள் விடுதலைப் போராட்டக் காலத்தில் மிகவும் பிரசித்தி பெற்றவையாகத் திகழ்ந்தன.

தமிழகத்தின் தலைசிறந்த வரலாற்றியல் படைப்பாளி யான வெ.சாமிநாத சர்மா எழுதிய ‘பாணபுரத்து வீரன்’எனும் நாடகத்தின் அச்சுப் பிரதி ஒன்றினை பாஸ்கரதாஸ் டி.கே.சண்முகத்திடம் கொடுத்தார். அப்போது டி.கே. சண்முகம் தயாரித்து இயக்கிய நாடகங்கள் அனைத்திலும் நாட்டுப்பற்றைத் தூண்டும் அம்சங்கள் ஏதாவது ஒரு விதத்தில் நாடகத்திற் குள்ளேயே இடம்பெற்று நாடகம் பார்ப்பவர் களுக்கு தேசபக்த எழுச்சியை உருவாக்கும்.

நாட்டுப்பற்றை பொதுமக்களுக்கு ஏதாவது ஒரு விதத்தில் உருவாக்க வேண்டும் என்று சிந்தித்து அதை தங்களது நாடகங்கள் மூலம் நடைமுறைப் படுத்திக்கொண்டிருந்த டி.கே.சண்முகத்திற்கு

வெ.சாமிநாத சர்மா எழுதிய 'பாணபுரத்து வீரன்' நாடகம் மிகவும் பிடித்துப்போனது. இந்நாடகத்தை எப்படியாவது தன்னுடைய நாடகக் கம்பெனியில் உள்ள கலைஞர்களைக் கொண்டு தத்ரூபமாக நடிக்க வைத்து மக்களிடையே சுதந்திர வேட்கையைத் தூண்ட வேண்டும் என்று டி.கே.சண்முகம் முடிவெடுத்தார். 'பாணபுரத்து வீரன்' எனும் நாடகம் ஆங்கிலேய அரசால் தடைசெய்யப்பட்டிருந்ததால் அந்நாடகத்தின் பெயரை 'தேசபக்தி'என்று மாற்றி அரங்கேற்றத்திற்கு ஆயத்தமானார் டி.கே. சண்முகம்.

பாஸ்கரதாஸ் உணர்ச்சி மிகுந்த பாடல்களை எழுதிக் கொடுத்தார். மகாகவி பாரதியின் இரண்டு மூன்று தேசபக்தப் பாடல்களை இந்நாடகத்தில் இடம்பெற வைத்தனர். பாரதியின் பாடல்கள் முதல் முறையாக ஒரு நாடகத்தில் பயன்படுத்தப் பட்டது 'தேசபக்தி'என்ற இந்த நாடகத்தில்தான்.

1931 மார்ச் 23-ஆம் தேதி பஞ்சாப் மண்ணில் வீரன் பகத்சிங், ராஜகுரு, சுகதேவ் ஆகிய மூன்று இளைஞர்கள் வெள்ளையர்களால் தூக்கிலிடப்பட்டனர். 'தேசபக்தி'நாடகம் அதே 1931-இல் மே மாதம் 19ஆம் தேதி அரங்கேறியது. பகத்சிங் உள்ளிட்ட விடுதலைப் போராட்ட வீரர்கள் தூக்கிலிடப்பட்டு மிகச்சில நாட்களில் 'தேசபக்தி' நாடகம் அரங்கேறியதால் நாடகம் முழுக்க பகத்சிங்கை நினைவுபடுத்தும் காட்சிகளாக அமைந்தன. காட்சிக்குக் காட்சி உணர்ச்சி கொப்பளித்தது.

நாடகக் காட்சி ஒன்றில் அந்நாடகத்தின் நாயகன் 'வாலீசன்' என்ற வீரன் தூக்கிலிடப்பட வேண்டும். தூக்கு மேடைக்கு வாலீசன் இழுத்து வரப்படுகிறான். தூக்கு மேடையில் ஏறி தூக்குக் கயிற்றை தனது கழுத்தில் தானே மாட்டிக்கொண்டு வீர முழக்கமிட்டான். அதிகாரி கட்டளையிட, பின்னர் கீழே நிற்கும் காவலன் வீரனின் காலுக்குக் கீழே இருக்கும் பலகையைத் தட்டி விடுகிறான். வாலீசன் தூக்கில் தொங்குகிறான். அக்காட்சி உயிரோட்டமாக அமைந்ததால், பார்த்து பரவசமடைந்த பார்வையாளர்கள், 'பகத்சிங் நாமம் வாழ்க' என்று உணர்ச்சி பொங்க எழுந்து நின்றவாறு தொடர்ந்து முழக்கமிட்டனர்.

வீரவசனம் பேசிய வேகத்தில் தொங்குவதாக நடிக்கும் போது, தான் மறக்காமல் மாட்டியிருக்க வேண்டிய கொக்கி ஒன்றை தன் இடுப்பில் மாட்ட மறந்துவிட்டார் நடிகர். தொங்குவது போல் நடிக்க வேண்டிய நடிகர் உண்மையாகவே தூக்கில்

தொங்கித் துடிதுடித்தார். நல்ல வேளையாக இதனை உடன் இருந்தவர்களில் ஒருவர் சமயோசிதமாக நிலைமையைப் புரிந்துகொண்டு திரையை மூடச் சொல்லி விட்டு நடிகரைக் கட்டிப் பிடித்து கழுத்துக் கயிற்றைத் தளர்த்தி வாலீசனாக நடித்தவரின் உயிரைக் காப்பாற்றினார்.

பகத்சிங் மற்றும் அவரின் தோழர்களின் மரணம் நாட்டை உலுக்கியதோடு, அக்காலத்து இளைஞர்களை மெய்மறக்கச் செய்துவிட்டது. நாடகத்தை எழுதிய வெ.சாமிநாத சர்மா, அந்நாடகத்தை கொண்டுவந்து கொடுத்த மதுரகவி பாஸ்கரதாஸ், அந்நாடகத்தை அரங்கேற்றிவிட வேண்டும் என்று களமிறங்கிய டி.கே.சண்முகம், வாலீசனாக நடித்த நடிகர் எஸ்.வி.சகஸ்ரநாமம், வாலீசனின் கால் பலகையைத் தட்டிவிட்ட நடிகர் சிவதாணு அந்தக் குறிப்பிட்ட தூக்குமேடைக் காட்சிக்கு மட்டும் வசனம் எழுதிக்கொடுத்த பொதுவுடைமைத் தலைவர் ப.ஜீவானந்தம் ஆகியோரும் இவர்களைப் போன்ற இன்னும் சிலரும் "கலை கலைக்காக அல்ல... மக்களுக்காக" என்ற கருத்தோட்டத்தோடு அக்கலை மூலமாக தங்களை நாட்டுக்காக அர்ப்பணித்துக் கொண்ட மாபெரும் மனிதர்கள்.

26

கொடுப்பதால் குறைவதில்லை

பிறருக்குக் கொடுப்பதில் மகிழ்பவர்கள் பலர். இதற்கு இலக்கியங்களிலும் இதிகாசங்களிலும் ஏராளமான பாத்திரப் படைப்புகளைப் பார்த்திருக்கிறோம். படித்திருக்கிறோம். இந்தச் சிந்தனை களை மக்கள் மனதில் விதைப்பதற்காகவே அத்தகைய பாத்திரங்கள் படைப்பாளர்களால் உருவாக்கப் படுகின்றன.

எம்.ஜி.ஆர். பிற்காலத்தில் 'கொடைவள்ளல்' என்று பாராட்டப்பட்டவர், வசதியும் வாய்ப்பும் வந்த பிறகு வாரி வாரிக் கொடுத்ததை ஊரறியும், உலகறியும். ஆனால் அவரின் திரையுலகத் தொடக்க காலம் வெறும் சோதனைகளும், வேதனைகளும் நிறைந்தது என்பதை இன்றைய தலைமுறை இளைஞர்களில் பலர் அறிந்திருக்க நியாயமில்லை.

நடந்தும், பேருந்தில் ஏறியும் சென்று வேர்த்து விறுவிறுத்து ஸ்டுடியோ ஸ்டுடியோவாக அலைந்து நடிப்பதற்கு வளைந்தும், நெளிந்தும் வாய்ப்புக் கேட்டவர் எம்.ஜி.ஆர். பல நாட்கள் பட்டினி என்பது அவருக்கு அக்காலத்தில் சர்வ சாதாரணம்.

நான்காம் வகுப்பில் கூட காலெடுத்து வைக்க முடியாத அளவுக்கு வறுமை வாட்டிய காரணத்தால் படிப்பை அத்தோடு விட்டு விட்டு ஒரு நாடகக் கம்பெனியில் வருமானத்திற்காக அந்தப் பிஞ்சு வயதிலேயே சேர்க்கப்பட்டவர்தான் எம்.ஜி.ஆர்.

எழில் மிக்க தோற்றப் பொலிவுடன் விளங்கிய எம்.ஜி.ஆர் தொடக்கத்தில் பெண் வேடத்தில் நாடகத்தில் நடித்தும், வறுமை தீர்ந்த பாடில்லை. பத்தொன்பது வயதில் சினிமா வாய்ப்புக் கேட்டு அலைந்து திரிந்தார் எம்.ஜி.ஆர்.

அந்த இருண்ட காலத்திலும் "சாப்பிட்டு இரண்டு நாட்கள் ஆயிற்று" என்று ஒரு சக நடிகரோ தொழில் நுட்பக் கலைஞரோ சொன்னால் பாக்கெட்டில் மடித்து வைத்திருந்த ஒத்தைப் பத்து ரூபாய் நோட்டையும் எடுத்து அதற்குச் சில்லரை வாங்கி அதில் மூன்று ரூபாயை பட்டினி கிடப்பவருக்குக் கொடுத்துவிட்டு நடந்தே வீட்டிற்கு வரும் இயல்பைப் பெற்றிருந்தார் எம்.ஜி.ஆர்.

மித மிஞ்சிக் கிடக்கிறபோது அவசியப்படுபவர்களுக்கு அள்ளிக் கொடுப்பது வேறு! தானே தடுமாறிக்கொண்டிருக்கிற போது, தான் மிகவும் சிரமப்பட்டு சேகரித்து வைத்துள்ள சிறு தொகையிலும் ஒரு தொகையை பிறர் பசி போக்கக் கொடுப்ப தென்பது வேறு! இந்த இரண்டையும் செய்தவர் எம்.ஜி.ஆர் என்பது அவரின் தனிச்சிறப்பு.

கலைவாணர் என்.எஸ். கிருஷ்ணன் தானம், தருமம் என்று பிறருக்கு வழங்குவதற்கென்றே பிறப்பெடுத்தது போல் வாழ்வாங்கு வாழ்ந்தவர்.

ஒருமுறை என்.எஸ்.கிருஷ்ணனின் உதவியாளர் எம். திருவேங் கடம் என்.எஸ்.கே.வின் வருமான வரிக் கணக்கை சமர்ப்பிப்பதற் காக கோவை வருமானவரி அலுவலகத்திற்குச் சென்றார். அப்போது கோவையில்தான் கலைவாணருக்கு அலுவலகம் இருந்தது.

வருமானவரி அலுவலர் அனுமந்தராவ் கலைவாணரின் கணக்கைப் பார்த்துவிட்டு "தானம்-தருமம் என்றுதான் கணக்கில் பெரும் பகுதி காணப்படுகிறது. இதெல்லாம் உண்மையா?" என்று கணக்குக் காட்ட வந்தவரிடம் கேட்டுள்ளார்.

இதற்குக் கணக்கை சமர்ப்பிக்க வந்த கலைவாணரின் உதவியாளர் "ஐயா இதெல்லாம் முழுக்க முழுக்க உண்மைதான். நீங்க வேண்டுமானால் வருமானவரி அதிகாரி என்று காட்டிக்

கொள்ளாமல் இப்போது கோவை ஸ்டுடியோவில் உள்ள கலை வாணரிடம் சென்று உங்கள் மகள் திருமணம் வரதட்சணையில் நிற்கிறது என்று சொல்லிப் பாருங்கள்" என்று விளையாட்டாகச் சொன்னாராம்.

அவர் சொன்னது போலவே உடனே தான் யார் என்று வெளிப்படுத்தாமல் முன்பின் அறிமுகமில்லாத கலைவாணரை கோவை ஸ்டுடியோவில் சந்தித்து "ரூ.1,000/- இல்லாமல் என் மகள் திருமணம் நிற்கிறது" என்று சொன்னாராம். "கொஞ்சம் பொறுங்கள் என் உதவியாளர் வருமானவரி அலுவலகம் வரை சென்றுள்ளார். வரட்டும் உங்களுக்கு அந்தத் தொகையை உடனே கொடுக்கச் சொல்கிறேன். நல்ல காரியத்தை காசுக்காக நிறுத்தாதீர்கள்" என்று உடனே சொல்லி முடித்தாராம் கலைவாணர். பிறகு வந்தவர் உண்மையைச் சொன்னதோடு காலம் பூராவும் கலைவாணரின் கணக்கைப் பார்த்து வரி விலக்கும் கொடுத்து மகிழ்ந்தாராம்.

கஷ்டப்பட்டு உழைக்கிறார்கள், இஷ்டப்பட்டுக் கொடுக் கிறார்கள். கொடுப்பவர் குறைந்து போவதில்லை என்ற கொள்கைக்கு இவர்களைப் போலவே ஏராளமான மனிதாபிமான மனிதர்கள் சான்றாக விளங்குகின்றனர்.

27
எங்கிருந்தாலும் வாழ்க!

நன்றி உணர்ச்சியை ஒவ்வொரு மனிதனும் ஒவ்வொரு விதத்தில் வெளிப்படுத்துகிறான். நன்றி உணர்ச்சி யென்றால் வீசை என்ன விலை என்று கேட்பவர் களும் ஏராளமாக இருக்கத்தான் செய்கிறார்கள்.

கப்பலோட்டிய தமிழன் வ.உ.சிதம்பரம்பிள்ளை 'வாலேஸ்வரன்' என்று தனது கடைசி மகனுக்குப் பெயர் வைத்தது அவரின் நன்றி உணர்ச்சியின் உச்சத்தை வெளிப்படுத்துகிறது. இரவும் பகலும் வெள்ளையனை வீறு கொண்டு எதிர்ப்பதையே தனது முழு நேரப் பணியாக மேற்கொண்ட வ.உ.சி. வெள்ளையன் ஒருவனின் பெயரையே தனது மகனுக்குச் சூட்டினார் என்றால் அது ஆச்சரியம்தானே!

வ.உ.சி.யின் வழக்கறிஞர் பணியை முடக்க வேண்டும் என்று சூழ்ச்சி செய்து அவரின் வக்கீல் சன்னத்தைப் பிடுங்கிப் பலி தீர்த்தது ஆங்கிலேய அரசு. பிறகு ஒரு கட்டத்தில் வ.உ.சி.மிகுந்த சோதனைக்கு உட்பட்டிருந்த காலகட்டத்தில் அவரது வக்கீல் சன்னத்தை மீட்க உதவியவர் ஆங்கிலேய அதிகாரி வால்ஸ் என்பவர். ஆயிரம்தான் ஆங்கிலேயர்கள் விரட்டியடிக்கப்பட வேண்டியவர்கள் என்று வ உ சி எண்ணியிருந்தாலும்;

காலத்தி னாற்செய்த நன்றி சிறிதெனினும்
ஞாலத்தின் மாணப் பெரிது.

என்ற வள்ளுவன் வாக்கிற்கேற்ப நன்றிப் பெருக்கோடு தனது மகனுக்கு வாலேஸ்வரன் என்று பெயரிட்டு மகிழ்ந்தார். நன்றியை வெளிப்படுத்திய பண்பு மிக்க வ.உ.சி. அதே சமயத்தில் வெள்ளை ஏகாதிபத்தியத்திற்கெதிரான தனது உக்கிரமான போராட்டத்தில் ஒருபோதும் சிறிதளவு கூட சமரசம் செய்துகொண்டதில்லை என்பது இவரின் வணங்கத்தக்க தனிச்சிறப்பாகும்.

சமீபத்தில் ஒரு பெரும் தனியார் கல்லூரியின் நிகழ்ச்சியில் பங்குகொள்ளும் பொருட்டுச் சென்ற இடத்தில் கிடைத்த செய்தி நயத்தக்க நன்றியுணர்ச்சியை இப்படியும் ஒரு விதத்தில் வெளிப்படுத்த முடியுமா? என்று எம்மை வியக்கச் செய்தது.

இக்கல்லூரியில் பத்து, பனிரெண்டு ஆண்டுகளுக்கு முன்பு பிசிஏ என்ற கம்ப்யூட்டர் பட்டப்படிப்பு படித்த மாணவர்கள் பலர் இன்று நல்ல நிலையில் உள்ளனர். நல்ல மதிப்பெண்கள் பெற்ற ஏழை மாணவர்களுக்கு நன்கொடை ஏதும் பெறாமல் பட்ட வகுப்பில் படிக்க அப்போது வாய்ப்பளித்தது அக்கல்லூரி. இக்கல்லூரி நன்கொடை கேட்டிருந்தால் அம்மாணவர்கள் அக்கல்வி வாய்ப்பைப் பெற்றிருக்க இயலாது.

பயன் பெற்ற மாணவர்களில் பலருக்கு அப்போதே அமெரிக்க நாட்டில் வேலை கிடைத்து, அங்கு போய்ச் சேர்ந்து கை நிறையச் சம்பளம் பெறுகின்றனர். அவர்கள் அனைவரும் அவர்களுக்குள் தொடர்பை ஏற்படுத்திக்கொண்டு ஆண்டுக்கொருமுறை அமெரிக்காவின் ஏதாவது ஓர் ஊரில் கூடுகின்றனர். அக்கல்லூரி யின் அமெரிக்க வாழ் முன்னாள் மாணவர் சங்கத்தையே தோற்றுவித்து தங்களுக்குள் விவாதித்தனர்.

தங்களுக்கு இத்தகைய ஒரு கல்வி வாய்ப்பளித்த நிறுவனத் திற்கு நன்றி தெரிவிக்கும் பொருட்டு ஆண்டுக்கொருமுறை அங்கு நடைபெறும் கூட்டத்தில் ஒரு நல்ல தொகையை வசூலித்து தாங்கள் பிசிஏ பயின்ற கல்லூரிக்கு நன்கொடையாக அனுப்பி வைக்கின்றனர்.

அத்தொகையைக் கொண்டு அக்கல்லூரியில் முன்னாள் மாணவர்களைப் போலவே இந்நாளில் சேரும் ஏழை எளிய மாணவர்களுக்கு கல்வி வாய்ப்பை அளிக்கிறது அக்கல்லூரி நிர்வாகம்.

இத்தகைய முறையில் நன்றி செலுத்துகிறபோது நன்றி செலுத்துபவர்களுக்கும் உள்ளம் குளிர்கிறது, நன்றியைப் பெறுபவர்களுக்கும் பெருமையாக இருக்கிறது. புதிதாக சில ஏழை எளியவர்களுக்குக் கல்வி கிடைப்பதால் சமூகமும் வளர்கிறது.

எந்நன்றி கொன்றார்க்கும் உய்வுண்டாம் உய்வில்லை
செய்ந்நன்றி கொன்ற மகற்கு.

இவ்வுரையில் இடம்பெறுவது ஈரோடு மாவட்டத்திலுள்ள 'கோபி கலைக் கல்லூரி' யாகும். இக் கல்லூரியின் முக்கிய விழாவொன்றில் நூலாசிரியர் உரை நிகழ்த்தச் சென்றபோது அக்கல்லூரியின் முதல்வரும் நிர்வாகத்தினரும் நெகிழ்ந்து போய் சொன்ன செய்தியை அடிப்படையாகக் கொண்டது இவ்வுரை.

28

தத்துவமும் செயல்பாடும்

ஏசு கிறிஸ்து பிறப்பதற்கு 551 ஆண்டுகளுக்கும் முன்பே பிறந்தவர் சீன தேசத்துச் சிந்தனைச் சிற்பி கன்ஃபூஷியஸ், இன்று உலகப் பிரசித்தி பெற்ற பெயராக விளங்கும் 'கன்ஃபூஷியஸ்' என்ற பெயர் அவரின் பெற்றோர் அவருக்கு வைத்த பெயரோ, அவர் காலத்தில் அவரே அவருக்கு வைத்துக் கொண்ட பெயரோ அல்லது அவருக்கு அவரது வாழ்நாளில் பிறர் சூட்டிய பெயரோ அல்ல. 'கன்ஃபூஷியஸ்' என்பது அவர் மறைந்து, பல்லாண்டு களுக்குப் பிறகு உலகத்தார் அவருக்கு சூட்டிய பெயர்.

'குங்சியு' என்பதுதான் கன்ஃபூஷியசுக்கு அவரது பெற்றோர் சூட்டிய பெயர். பிற்காலத்தில் அவரது சீடர்கள் அவரை 'குருநாதஜர்குங்' என்று மிகுந்த மரியாதையோடு அழைத்தார்கள். இந்த அர்த்தம் தொனிக்கும் வகையில் இதனையே சீன மொழியில் 'குங்-ஃபு-ட்சு' என்று உச்சரித்தனர். இந்த 'குங்-ஃபு-ட்சு' தான் காலப்போக்கில் அவர் மறைந்து பல ஆண்டுகளுக்குப் பிறகு, அவரது புகழ் பரவ பரவத் தொடங்கியவுடன் பல அயல்நாட்டுக்காரர்கள் அவரவரது மொழிச்சாய்லோடு உச்சரித்து உச்சரித்து

கடைசியில் 'கன்ஃபூஷியஸ்' என்று ஆனது. கன்ஃபூஷியஸே எழுந்து வந்து என் பெயர் 'குங்சியு' தான் என்று உரக்கச் சொன்னாலும் உலகத்தார் இப்போது ஏற்க மாட்டார்கள். பெற்றோர் வைத்த பெயர் பெயருக்கு மட்டும்தான். மக்கள் வைத்த பெயர் செயலுக்கு சேர்த்தல்லவா?

எப்படி வாழவேண்டும் என்று மக்களுக்கும், எப்படி ஆள வேண்டும் என்று அன்றைய அரசர்களுக்கும் சொல்லிக் கொடுப்பதற்கென்றே பிறந்த மாமனிதனாக கன்ஃபூஷியசை வரலாறு பதிவு செய்து வைத்திருக்கிறது.

கன்ஃபூஷியஸ் தொடக்க காலத்தில் ஞானத்தை உண்மையைத் தேடி தனது நூற்றுக்கணக்கான சீடர்களுடன் ஊர் ஊராக நடந்தே பயணம் மேற்கொண்டார். கற்றுக் கொள்வதும் கற்றுக் கொடுப்பதும் சம முக்கியத்துவம் வாய்ந்தது என்பதை அன்றே நன்கு உணர்ந்திருந்தவர் 'கன்ஃபூஷியஸ்'.

அவ்வாறு ஒருமுறை உச்சகட்ட வறட்சிக் காலகட்டத்தில் உச்சி வெயில் நேரத்தில் மணல் பிரதேச பூமிப் பரப்பில் வேக வேகமாக முன்னோக்கி நடந்து சென்றுகொண்டிருந்தார் 'கன்ஃபூஷியஸ்'. மரியாதைக்கு சிறிய இடைவெளி விட்டு சீடர்கள் அவரைப் பின் தொடர்ந்து சென்றனர்.

சீடர்கள் தாகத்தால் துடித்தனர்.... "கடைசியாக எப்போது தண்ணீர் குடித்தோம்"என்று ஒருவரையொருவர் தங்களுக்குள் கேட்டுக்கொண்டனர். யாருக்குமே சரிவர நினைவில் இல்லாத அளவுக்கு தண்ணீர் குடித்து நாட்கணக்கு ஆகிவிட்டது.

"தண்ணீர்... தண்ணீர்" என்று கதறிய சீடர்களும் உண்டு. "இதே தாகத்தில் இதே வேகத்தில் இன்னும் சிறிது தூரம் நடந்து சென்றால் நான் சுருண்டு விழுந்து செத்து மடிந்து விடுவேன்" என்று ஒரு சீடர் வாய்விட்டே அனைவரும் கேட்கும்படி சொல்லி விட்டார்.

"அதோ பார்... நம் குருநாதரை... அவரும் மனிதர்தானே! அவருக்கும் தாகம் இருக்கும்தானே! அதைக் காட்டிக் கொள்ளாமல் எப்படி நடந்து செல்கிறார் பாருங்கள்" என்று கூறி இரண்டொரு சீடர்கள் மற்றவர்களை சமாதானப்படுத்திக் கொண்டே நடந்தனர்.

அந்த நேரத்தில் பாதையோரத்தில் இருந்த பெரிய பாறாங் கல்லின் அடியில் ஏதோ தண்ணீர் போல் மின்னுவதைப் பார்த்த

சீடரொருவர் அதனருகில் ஓடினார். அது தண்ணீர்தான் என்பதை கண்டறிந்து ஆனந்த வெள்ளத்தில் ஆழ்ந்தார். பாறை இடுக்கில் மிகச் சிறிய அளவில் மட்டுமே தண்ணீர் இருந்ததால் தான் வைத்திருந்த சிறிய பாத்திரத்தில் அதனை கவனமாக அள்ளினார். அத்துடன் தண்ணீர் குழி காலியாகிவிட்டது.

சொற்பத் தண்ணீரை எடுத்துக்கொண்டு குருவிடம் ஓடி "குருதேவா... இதோ தண்ணீர்" என்று பணிவாக நீட்டினார். "எங்களைப் பற்றிக் கவலைப்படாதீர்கள்...நீங்கள் இதைக் குடித்து தாகம் தீர்த்துக்கொண்டால்தான் எங்கள் அனைவரையும் உற்சாகத்தோடு உங்களால் வழி நடத்த முடியும்" என்று அனைத்து சீடர்களும் ஒரே குரலில் குருவிடம் கூறினார்கள்.

குரு அந்தத் தண்ணீர் பாத்திரத்தை தனது கையில் வாங்கி அதை அப்படியே தரையில் ஊற்றி விட்டார். சீடர்கள் அதிர்ச்சி யடைந்தனர்.

"சீடர்களே! என் ஒருவனுக்கு இந்தத் தண்ணீரின் அளவு தேவைக்கும் அதிகம். உங்கள் எல்லோருக்கும் பகிர்ந்து கொடுக்க லாம் என்றால் ஆளுக்கு ஒரு சொட்டுக் கூட வராது. ஆகவே அது நமக்கு வேண்டாம்... வாருங்கள் தொடர்ந்து நம்பிக்கையோடு நடப்போம்"என்று தலைமையேற்று கம்பீரமாக முன்னோக்கி நடக்கலானார் கன்ஃபூஷியஸ்.

வெறும் தத்துவம் பேசிய வித்தகராக மட்டுமல்லாமல், தனது அன்றாட வாழ்க்கையில் வாய்ப்புக் கிடைக்கிற போதெல்லாம் வாழ்க்கையின் மிக உயர்ந்த தத்துவத்தை சர்வ சாதாரணமாக தனது இயல்பான செயல்பாட்டின் மூலம் கற்றுத் தந்தவர்தான் கன்ஃபூஷியஸ்.

29
வாழும் வரலாறு

தமிழ்நாடு மாநில அளவிலான அரசியல் மாநாடு 1938 ஆம் ஆண்டு இராஜபாளையத்தில் நடை பெற்றது. தமிழகக் காங்கிரஸ் தலைவர்கள் அத்தனை பேரும் அம்மாநாட்டில் பங்கேற்றனர்.

அம்மாநாட்டில் மதுரை ஜவகர் வாலிபர் சங்கம், லஜபதி நிலையம் ஆகிய அமைப்புகளின் சார்பில் 22வயது இளைஞர் ஒருவரும் உணர்வுபூர்வமாக பங்கேற்றார். அந்த இளைஞர் வெறும் கையை வீசிக் கொண்டு மாநாட்டிற்குச் செல்லவில்லை. கதர் துணியணிந்து கொண்டும் கையில் மூவர்ணக் கதர்க் கொடி பிடித்துக்கொண்டும் மட்டும் செல்லவில்லை. "தியாகி திருப்பூர் குமரனுக்கு நினைவுச் சின்னம் எழுப்புக" என்று தலைப்பிட்ட துண்டறிக்கையைத் தானே எழுதி ஆயிரக்கணக்கில் அச்சிட்டு மாநாட்டிற்கு எடுத்துச் சென்றார். அங்குள்ள, மாநாட்டில் பங்கேற்ற தேசபக்தர்கள் அனைவருக்கும் தானே விநியோகமும் செய்தார்.

அத்துண்டறிக்கையை வாசித்தவர்கள் உற்சாகம் அடைந்தார்கள். அத்துண்டறிக்கையின் வாசகங்கள் உயிரோட்டம் உள்ளதாகக் காணப்பட்டன. சென்னை யிலிருந்து இம்மாநாட்டில் பங்கேற்க வந்திருந்த சில

இளைஞர்கள் இத்துண்டறிக்கையை எழுதி அச்சிட்ட இளைஞரை சென்னைக்கு அழைத்தனர். தாங்கள் ஒரு பத்திரிகை நடத்தப் போவதாகவும் அதில் பணியாற்ற வரவேண்டும் என்றும் அந்த இளைஞரை வலியுறுத்திக் கேட்டுக்கொண்டனர். அந்த இளைஞரும் அவ்வாறே சென்னை சென்றார். லேகோபகாரி என்ற இதழுக்காக எழுதினார். இவரது எழுத்தில் இயல்பாகவே கவர்ச்சி இருந்தது. புதுமை இருந்தது. புது ரத்தம் பாய்ச்சுவது போல் இவரது எழுத்தைப் படித்தவர்கள் புத்துணர்ச்சிப் பெற்றனர்.

'கம்பெனியைக் கலக்கிய கட்டபொம்மன்' , 'போருக்குத் தயார்', 'எட்டுத் திக்கும் என்ன நடக்குது பார்' 'இராணுவ கீதம்', 'சங்கநாதம்' போன்ற தலைப்புகளில் ஏராளமான கட்டுரைகளை 'லோகோபகாரி' இதழில் எழுதித் தள்ளினார் அந்த இளைஞர். இவரின் கட்டுரைகளைப் படித்தவர்கள் பரவசமடைந்தனர்.

இந்தக் கட்டுரைகள் வெளியாக வெளியாக இவற்றை எழுதுபவர் யார் என்று ஆங்கிலேய ஆட்சியினரின் வல்லூறுகள் நோட்டமிடத் தொடங்கிவிட்டன. மோப்பம் பிடிக்கும் படலம் ஆரம்பமாகிவிட்டது. பகல் நேரத்தில் அச்சுக் கோக்கும் தொழிலாளியாகவும், இரவு நேரத்தில் கிராமப் பள்ளிக்கூடம் நடத்தும் குட்டி வாத்தியார்களாகவும் இந்த இளைஞர்கள் பணிபுரிந்தனர்

இரவு நடுநிசிக்குப் பிறகு விடியற்காலை வரை அரை அரிக்கன் விளக்கில் விறுவிறுவென எழுதிக் குவித்தார் அந்த மிடுக்கான இளைஞர்.

அவ்வாறு 1939 ஆம் ஆண்டு அந்த இளைஞரின் 23ஆவது வயதில் எழுதப்பட்டு அன்று எல்லா தேசபக்தர்களின் கையேடாகக் காணப்பட்டதுதான் "படுகளத்தில் பாரத தேவி" என்ற புகழ் மிக்க நூல்...

இந்த நூல் இரண்டே நாள் இரவில் விடிய விடிய உட்கார்ந்து ஒரே மூச்சில் எழுதப்பட்டதாகும். பொதுக் கூட்டங் களில் பேசுவதற்கும் சுறுசுறுப்பாகவும் தேசபக்த உணர்வோடும் நன்கு செயல்படுவதற்கும் எழுச்சிமிகு எழுத்தாளராக விளங்கும் இந்த இளைஞர் ஒரு நூல் எழுத வேண்டும் என்று ஏராளமான தேசபக்தர்களும், விடுதலைப் போராட்ட வீரர்களும் கேட்டுக் கொண்டதற்கிணங்கவே, "படுகளத்தில் பாரத தேவி" என்ற நூலை எழுதினார் அந்த வீர மிகு இளைஞர்.

இந்தப் புத்தகம் எழுதி முடித்து அது பலரின் கைகளுக்குப் போய்ச் சேர்ந்து கொண்டிருந்த போதே அந்த 23 வயது இளைஞர் மதுரையில் கைது செய்யப்பட்டு 5 ஆண்டு கடுங்காவல் தண்டனை பெற்றார். பின்னர் அவரது வாழ்க்கை "ஏறினால் ரயில் இறங்கினால் ஜெயில்" என்பது போல்தான் அமைந்தது. மொத்தம் 12 ஆண்டு களுக்கும் மேல் சிறைக் கொடுமையை அனுபவித்தார். பத்திரிகை யாளர், எழுத்தாளர், மேடைப் பேச்சாளர், செயற்பாட்டாளர் என்ற பன்முக ஆளுமை கொண்ட அந்த இளைஞர்தான் இன்றும் 99 ஆவது வயதில் நம்மோடு வாழ்ந்துகொண்டிருக்கும் தியாகி ஐ.மாயாண்டி பாரதி.

ஆம்... அவர் எழுதிய புத்தகமும் நம்மிடம் இருக்கிறது. அவரும் வாழும் வரலாறாக நம்மோடு வாழ்ந்துகொண்டிருக்கிறார்.

30

முடியாதது முயலாததே!

முடியாதது என்பது எது? என்ன?

"முடியாதது இதுவரை முயலாதது மட்டுமே" என்று கூறுகின்றனர் தன்னம்பிக்கை வகுப்பெடுக்கும் வல்லுனர்கள். வாழ்க்கையில் ஏற்பட்ட அனுபவம் ஒன்று இதற்கு சாட்சியமளிக்கிறது.

ஒரு குக்கிராமத்திலிருந்து ஈரோடு நகரிலுள்ள கல்லூரியொன்றில் பட்டப் படிப்புப் படித்துக் கொண்டிருந்தான் ஒரு மாணவன். தாழ்வு மனப்பான்மையில் மூழ்கி தன்னையே இழந்துகொண்டிருந்த அம்மாணவன் சகமாணவர்களிடம் கூட அதிகம் பழகமாட்டான். பழகிய மிகச் சில நண்பர்களிடம் "எனக்கு சுட்டுப் போட்டாலும் ஆங்கிலம் வராது" என்று அடிக்கடி கூறிப் புலம்புவான்.

"என்னுடைய எஸ்.எஸ்.எல்.சி. தேர்வில் ஆங்கிலத் தாளை திருத்திய ஆசிரியருக்கு நான் ஒரு சிலையே வைக்க வேண்டும்" என்று வேடிக்கையாக அடிக்கடி கூறி வந்த அம்மாணவனிடம் நண்பர்கள் காரணம் கேட்டனர். "பிற பாடங்களில் ஓரளவு படித்து மதிப்பெண்கள் பெற்ற எனக்கு ஆங்கிலத் தேர்வில் மட்டும் சரியாக பதில் எழுத வரவில்லை. ஆகவே

கேள்வித் தாளில் உள்ள ஆங்கிலச் சொற்களையே பிரித்து உடைத்து மாற்றி மாற்றி எழுதி வெள்ளைத் தாளை நிரப்பிக் கொடுத்துவிட்டு வந்தேன். எனக்கும் அத்தேர்வில் ‘பாஸ்’போட்ட ஆசிரியரைப் பாராட்டி சிலை வைக்க வேண்டாமா?” என்று சிரித்த படியே கேட்பான் அம் மாணவன்.

“சுதந்திரப் போராட்ட வீரர்கள் நடத்திய வீரம் செறிந்த போராட்டத்தால் ஆங்கிலேயன் இந்நாட்டை விட்டு விரட்டப் பட்டான்... துரத்தி அடிக்கப்பட்டான் என்றெல்லாம் வீர ஆவேச மாகப் பேசுகிறீர்களே! கூடவே அவர்களின் ஆங்கிலத்தையும் விரட்டியடித்திருக்கக்கூடாதா...” என்று அப்பாவித்தனமாக அடிக்கடி கேட்பான் அம்மாணவன்.

இந்தச் சூழலில் அவனின் நண்பர்கள் தினசரி ஆங்கில நாளேடு ஒன்றினை வாங்கி வாசித்து கொஞ்சம் கொஞ்சமாக ஆங்கில அறிவை வளர்த்துக்கொள்ளச் சொல்லி அறிவுரை கூறினர்.

ஒரு மாதம் கழித்து நண்பர்கள் அம்மாணவனிடம் ஆங்கில நாளேட்டினை படிக்கத் தொடங்கிய பிறகு முன்னேற்றம் எவ்வாறு உள்ளது என்று கேட்டனர். “முன்பெல்லாம் இரவு படுக்கையில் புரண்டு படுத்தாலும் வெகுநேரம் தூக்கம் வந்ததில்லை. ஆங்கில நாளேட்டைப் படிக்கத் தொடங்கிய பின்னர் அரைமணி நேரத்தில் படிக்கப் படிக்கவே தூக்கம் வந்துவிடுகிறது” என்று என்ன வாசித்தாலும் ஆங்கிலம் புரியவில்லை என்பதை நாசுக்காகக் கூறினான் அம்மாணவன்.

இப்படிப்பட்ட நிலையில் இருந்த அம்மாணவன் ஒரு கட்டத்தில் வைராக்கியமான முடிவெடுத்து ‘உண்டு - இல்லை’ என்று பார்த்துவிடலாம் என்று களத்தில் இறங்கினான். இரவு-பகல் கடும் முயற்சியில் ஈடுபட்டான். ஒரு வேள்வியே நடத்தத் தொடங்கிவிட்டான். ஆங்கில நாளேட்டோடு, ஆங்கில இதழ்கள், புதினங்கள் போன்றவற்றையும் சேர்த்தே வாசித்தான். வாசிப்பில் ஐக்கியமானான்.

பட்ட வகுப்பை முடித்த அவன் அதே நாளேட்டில் வந்த விளம்பரம் ஒன்றைப் பார்த்து சென்னைப் பல்கலைக்கழகத்தில் தொடங்கப்பட்டுள்ள புது மேற்பட்டப் படிப்பைப் படிக்க விண்ணப்பித்தான். மொத்தம் பத்து மாணவர்களை மட்டுமே

சேர்க்க இடமுள்ள அந்தப் படிப்பிற்கு ஏழு விண்ணப்பங்கள் தான் வந்தன. இவனும் சேர்க்கப்பட்டான்.

சென்னை சென்ற பிறகு அங்குள்ள பேராசிரியர் ஒருவர் இவனை இனங்கண்டு ஊக்கப்படுத்தி அங்குள்ள நிலைக்கு ஏற்றவாறு இம்மாணவனை மாற்றி அமைத்தார். நூலகங்களில் சேர்த்துவிட்டு. படிக்கும் முறையை பக்குவமாக சொல்லிக் கொடுத்தார். ஆங்கிலப் பாடத்தை முறையாகப் படிப்பதற்கு ஏற்ற தனிப் பயிற்சிக் கூடத்தில் சேர்ந்து படிக்க தக்க வழிவகை செய்தார்.

மேற்பட்ட படிப்பை வெற்றிகரமாக முடித்த அம்மாணவன் இங்கிலாந்திலுள்ள புகழ்மிக்க பல்கலைக்கழகத்திற்கு ஆய்வுப் படிப்பிற்காக விண்ணப்பித்தான். அங்கும் அவனுக்கு படிப்பிற் கான உதவித் தொகையுடன் இடமும் கிடைத்தது. அங்கு சென்று ஆய்வை முடித்து 'பிஎச்டி'பட்டம் பெற்றான். அறிவுத்தாகம் அடங்காத அவன் 'போஸ்ட் டாக்ட்ரேட்'என்ற இன்னொரு 'பிஎச்டி'பட்டமும் அங்கேயே பெற்று அங்குள்ள பெருமைமிகு பல்கலைக்கழகத்தில் பேராசிரியராக நியமிக்கப்பட்டான்.

சுட்டுப் போட்டாலும் ஆங்கிலம் வராது என்று சொன்னவன் தான் சூரியன் அஸ்தமிக்காத சாம்ராஜ்ஜியத்தின் தலைநகரமான லண்டன் மாநகரத்தில் ஆங்கிலத்தைத் தாய்மொழியாகக் கொண்ட அறிவிற் சிறந்த மாணவர்களுக்கே அறிவைப் போதிக்கும் பேராசிரியராக உயர்ந்தான்.

தன்னம்பிக்கை வந்துவிட்டால் தடைகள் யாவும் தானாக நொறுங்கும் என்பதற்கு விஸ்வரூபம் எடுத்த இம்மாணவனின் வாழ்க்கையே ஓர் உதாரணமல்லவா?

தாழ்வு மனப்பான்மை கொண்ட இம்மாணவன் கல்லூரி நாட்களில் நூலாசிரியருடன் ஒரே வகுப்பில்லாவிட்டாலும் ஒரே காலகட்டத்தில் வேறு பாடத்தில் வேறு வகுப்பில் படித்தவன். நூலாசிரியரின் நண்பன். அம்மாணவனும் நூலாசிரியரும் படித்தது ஈரோடு சிக்கய்ய நாயக்கர் கல்லூரியில். இதில் வரும் உரையாடல் நூலாசிரியருக்கும் அம்மாணவனுக்கும் இடையில் அக்காலத்தில் நடைபெற்றவையாகும்.

31

புரட்சித் துறவி

வீரத்துறவி விவேகானந்தர் காட்டில் - கானகத்தில் திரிந்து தவத்தை மேற்கொண்டு தான் மட்டும் முக்தி யடைய விரும்பும் ரிஷி போல் என்றும் இருந்த தில்லை. மக்களோடு வாழ்ந்து மக்களின் துன்பங்களை உணர்ந்து அத்துன்ப துயரங்களைத் துடைப்பதற் காக களத்தில் இறங்கிக் கடமையாற்றியவர்தான் விவேகானந்தர்.

தான் நேரடியாக விடுதலைப் போராட்டத்தில் ஈடுபடவில்லையெனினும் விவேகானந்தரின் வீரிய மும் விவேகமும் நிறைந்த அர்த்தமுள்ள வாழ்வுக்குப் பின்னர் தோன்றிய பல விடுதலைப் போராட்ட வீரர்களும் தலைவர்களும் விவேகானந்தரின் கருத்து தாக்கத்தால் உருவானவர்கள் என்ற கூற்று நிச்சயம் மிகையானதல்ல.

சமூக நிகழ்வுகள் குறித்து என்றும் அக்கறையுடன் இருந்திருக்கிறார் என்பதற்கும் ஆன்மிகத்தை எந்திர கதியாக அவர் செயல்படுத்தியதில்லை என்பதற்கும் அவரது வாழ்வில் ஏராளமான சான்றுகள் இருந்திருக் கின்றன.

விவேகானந்தர் இந்தியாவில் பல இடங்களில் சுற்றுப் பயணம் மேற்கொண்டபோது ஓர் ஆன்மிகப் பிரச்சாரகர் அவரைச் சந்திக்க விவேகானந்தர் தங்கியிருந்த இடத்திற்கே வந்தார்.

பிரச்சாரகர் விவேகானந்தரைச் சந்தித்து "நாங்கள் ஒரு சங்கம் வைத்திருக்கிறோம். அச்சங்கத்தின் நோக்கம் பசுவதையைத் தடுப்பதாகும்" என்றார்.

"உங்கள் சங்கத்தின் சார்பில் என்னென்ன நடவடிக்கைகளை மேற்கொள்கிறீர்கள்" என்று விளக்கம் கேட்டார் விவேகானந்தர்.

"மாட்டை வெட்டி மாமிசமாக்குகிற கசாப்புக் கடைக்காரர்களிடமிருந்து பசு மாடுகளைக் காப்பாற்றுகிறோம். நாங்கள் அக்கடைக்காரர்களிடம் பசுக்களை விலைக்கு வாங்கி அவற்றை நாங்களே பராமரிக்கிறோம்-பாதுகாக்கிறோம்" என்று விளக்கமளித்தார் பிரச்சாரகர்.

"அதற்கான செலவிற்கு என்ன செய்கிறீர்கள்" என்று விவேகானந்தர் பிரச்சாரகரிடம் கேட்டார்.

"அச்செலவுகளை சந்திப்பதற்கு பிரமுகர்களிடம், பொது மக்களிடம் நிதி திரட்டுகிறோம். அவ்வாறு நன்கொடை பெற்று செல்லவே தங்களை நாடி வந்துள்ளோம்" என்று விவேகானந்தரிடம் நிதி பெற்றுச் செல்ல வந்த விவரத்தைக் கூறினார் பிரச்சாரகர்.

"மத்திய இந்தியாவில் பஞ்சம் தலைவிரித்து ஆடுகிறது. இந்திய அரசாங்கம் கூட 9 லட்சம் ரூபாய் பஞ்ச நிவாரண நிதி ஒதுக்கியுள்ளதாக அறிவிப்பு வெளியாகியுள்ளதே. உங்கள் சங்கத்தின் சார்பில் நிதி கொடுத்தீர்களா?" என்று விவேகானந்தர் பிரச்சாரகரைக் கேட்டார்.

"நாங்கள் பஞ்சம் மற்றும் அதுபோன்ற பேரழிவுகளுக்கெல்லாம் நிதி ஒதுக்குவதில்லை". நாங்கள் பசுக்களைப் பாதுகாக்க மட்டுமே சங்கம் வைத்துள்ளோம்" என்று கறாராகக் கூறினார் பிரச்சாரகர்.

"நம் சொந்த சகோதரர்கள் சாவதைக் கண்டு நீங்கள் பதைபதைக்கவில்லையா" என்று சற்றுக் கோபமாகக் கேட்டார் விவேகானந்தர்.

"இந்தப் பஞ்சம் போன்ற பேரழிவு வந்து மனிதர்கள் சாவதற்குக் காரணம் அவர்கள் போன ஜன்மத்தில் செய்த பாவச் செயல்தான்" என்று அழுத்தமாகக் கூறினார் பிரச்சாரகர்.

இந்த பதிலைக் கேட்டு அதிர்ந்துபோன விவேகானந்தர், "அப்படியானால் உங்கள் பசுக்களும் சென்ற பிறப்பில் செய்த பாவத்தால்தான் கசாப்புக்காரன் கைகளுக்குச் சென்று மரணத்தைத் தழுவுகின்றன என்று கொள்ளலாமே. அந்தப் பசுக்களைக் காப்பாற்ற நாம் ஏன் முயற்சிக்க வேண்டும்" என்று வேகமாகக் கேட்டார் விவேகானந்தர்.

ஆன்மிகத்தை மனிதநேயக் கண்ணோட்டத்தோடும் மனிதனுக்குச் செய்யும் சேவையே ஆண்டவனுக்குச் செய்யும் சேவை என்ற அர்த்தத்தோடும் புது விளக்கம் கொடுத்த புரட்சியாளர் வீரத்துறவி விவேகானந்தர்.

32

ஈராயிரம் ஆண்டுகள்

வாழ்வின் மதிப்புகள் அத்தனையையும் ஒருங்கே எடுத்துச் சொல்லும் ஒரு காலப்பெட்டகம்தான் 'திருக்குறள்'. குறட்பாக்களை ஆழ்ந்து வாசித்து அதில் மனிதனின் அன்றாட வாழ்க்கைக்குக் கூட வழிகாட்டும் குறட்பாக்களை தனியே எடுத்து அதில் மூழ்கி முத்தெடுக்க முயற்சித்தால் நாமே ஆச்சரியப்படும் அளவுக்கு வாழ்வியல் சிந்தனைகள் அவற்றில் குவிந்து கிடப்பதை உணரலாம்.

அதைவிட ஆச்சரியம் என்னவென்றால் ஏறத்தாழ 20 நூற்றாண்டுகளுக்கு முன்பு எப்படி ஒரு மனிதனால் எக்காலத்திற்கும் பொருந்துகிற வாழ்க்கைக்கு வழிகாட்டும் கருத்துகளைச் சொல்ல முடிந்தது என்பதுதான்.

அரைக்கால் டவுசர் போட்டுக்கொண்டு ஆறாம் வகுப்புப் படித்துக் கொண்டிருந்த காலத்தில் பள்ளியில் நடைபெற்ற இலக்கிய மன்றக் கூட்டங்களுக்கு பிரசித்தி பெற்ற சொற்பொழிவாளர்கள் வந்து உரை நிகழ்த்துவார்கள். அப்போது ஏதேனும் ஒரு குறளைச் சொல்ல விரும்பினால் வெறும் குறளைச் சொல்ல மாட்டார்கள். அதற்குப் பதிலாக "ஈராயிரம் ஆண்டுகளுக்கு முன்பு தோன்றிய வள்ளுவப் பெருந்தகை

சொன்னான்" என்று ராகம் போட்டு நீட்டி முழக்கி விட்டு பிறகு தான் சொல்ல வந்த குறளைச் சொல்லுவார்கள். இதேபோல் தான் கல்லூரியில் காலெடுத்து வைத்த பிறகும் சொற்பொழிவாளர்கள் வேறுபட்டாரே தவிர சொல்லும் விதம் மாறவில்லை. அப்போதும் நாம் கேட்ட சொற்பொழிவுகளில் குறளைச் சொல்ல வந்தவர்கள் குறளுக்கு முன்பு சொல்லப்பட்ட "ஈராயிரம் ஆண்டுகளுக்கு முன்பு தோன்றிய" என்ற அந்த வாசகத்தை மறவாமல் சொன்னார்கள்.

குறளைச் சொல்லுகிறபோதே அதன் வரலாற்றுப் பெருமையோடு இணைத்துச் சொல்வதை தமிழறிஞர்கள் ஓர் அனிச்சை செயல் போல சொல்லி வருகின்றனர்.

கல்லூரிப் படிப்பை முடித்துக் கால் நூற்றாண்டு காலம் கழித்து நகரின் மிகப்பெரும் மணிமண்டபத்தில் நடைபெற்ற இலக்கியக் கூட்டமொன்றில் எண்பது வயதைத் தாண்டிய மிக மூத்த தமிழறிஞர் ஒருவர் சிறப்பு சொற்பொழிவாற்றிக் கொண்டிருந்தார். அவரின் உரை உச்சகட்டத்தில் இருந்தபோது திடீரென்று ஒரு குறளை அழுத்தமாகச் சொல்ல நினைத்தவர் "ஈராயிரம் ஆண்டுகளுக்கு முன்பு" என்ற பழைய பல்லவியை தெளிவாகச் சொல்லிவிட்டு பிறகு குறளைச் சொன்னார்.

அந்த அறிஞர் உரையை முடித்துவிட்டு கீழே இறங்கிய பின்னர் அவரிடம் "ஐயா நாங்கள் பள்ளியில் படித்த காலத்திலிருந்து "ஈராயிரம் ஆண்டுகளுக்கு முன்பு, ஈராயிரம் ஆண்டுகளுக்கு முன்பு" என்ற வாசகத்தை உங்களைப் போன்ற அறிஞர்கள் கூறி வருகின்றீர்களே! குறைந்தது ஈராயிரத்தி முப்பத்தைந்தாண்டுகளுக்கு முன்பு என்றேனும் மாற்றிச் சொல்லக் கூடாதா" என்று கேட்டோம் அறிஞரின் முகம் மாறிவிட்டது. தவறாக எடுத்துக் கொண்டார் போல் தெரிகிறது என்று எண்ணி, "ஐயா வேடிக்கைக் காகச் சொன்னேன்! வேறொன்றுமில்லை மன்னியுங்கள்" என்று அவரைச் சமாதானப்படுத்த வேண்டியதாயிற்று.

இரண்டு நிமிட நேரம் ஆடாமல் அசையாமல் எம்மை உற்றுக் கவனித்தவாறு நின்ற அறிஞர் சற்று சுதாரித்துக்கொண்டு சொன்னார். "தம்பி, நீங்கள் இதைச் சொன்ன பிறகுதான் எனக்கொன்று ஞாபகம் வருகிறது. நான் சின்னப் பையனாக அரைக்கால் டவுசர் போட்டுப் பள்ளிக்கூடத்தில் படித்தபோதும் சொற்பொழிவாற்ற வந்த அக்காலத் தமிழறிஞர்களும் இதே

போன்று "ஈராயிரம் ஆண்டுகளுக்கு முன்பு" என்று சொல்லித்தான் குறளை எங்களுக்கு சொன்னார்கள்" என்று ஆச்சரியத்தோடு சொன்னார்.

"ஐயா, நீங்கள் சொன்னதிலிருந்து புதிய சந்தேகம் பிறக்கிறது! ஒருவேளை ஈராயிரம் ஆண்டுகளாகவே "ஈராயிரம் ஆண்டுகளுக்கு முன்பு" என்ற வாசகத்தை அறிஞர்கள் சொல்லி வருகிறார்களோ என்று எண்ணத் தோன்றுகிறது" என்று அறிஞரிடத்தில் சொல்ல அறிஞர் வாய்விட்டுக் கலகலவென சிரித்துவிட்டார்.

இது வேடிக்கை கலந்த உண்மைச் சம்பவமாக இருப்பினும் இதில் ஒரு பேருண்மை பொதிந்து கிடக்கிறது. பழமையிலும் பழமையானதல்லவா நமது ஞானத்தந்தை வள்ளுவப் பெருந் தகையின் அமுத நிகர் குறட்பாக்கள்!

குறட்பாக்களை முறைப்படி கற்றுணர்ந்தால்... "கற்றபின் நிற்க அதற்குத் தக" என வள்ளுவன் வகுத்த கோட்பாட்டின்படி அவை கூறும் நற்கருத்துகளை நாள்தோறும் நடைமுறைப் படுத்தினால் வாழ்வாங்கு வாழலாம். வாழ்க்கைக்கு வழிகாட்டும் ஒளிவிளக்கு வள்ளுவனின் வாக்கு!

திருக்குறளைப் படிப்பது - அவற்றில் சொல்லப்பட்டுள்ள கருத்துகளை கடைப்பிடிப்பது ஒவ்வொரு தனி மனிதனின் வாழ்வையும் செழுமைப்படுத்துவதோடு முழுமைப்படுத்தவும் செய்யும்.

33

உயர்வும் தாழ்வும்

உயர்வையும் தாழ்வையும் வாழ்க்கையின் இயல்பு களாக எடுத்துக்கொள்பவர்களுக்கு பிரச்சனைகளை எதிர்கொள்ளும் பாங்கும், பக்குவமும் கைவசப்பட்டு விடுகிறது.

எனது நண்பர் ஒருவருக்கு அப்போது 26 வயது நல்ல உயரம். வாட்டசாட்டமான உருவம். கம்பீரமான தோற்றப் பொலிவு. கலகலப்பும், சுறுசுறுப்பும் இவருடன் பிறந்த சிறப்பு இயல்புகள்.

டிப்ளமோ படித்த அவர் சென்னையில் ஒரு பெரிய நிறுவனத்தில் நல்ல வேலையில் சேர்ந்தார். அந்த நிறுவனத்தின் கிளையொன்றை ஐதராபாத்தில் தொடங்கினர். இவரது அசாத்திய திறமையின் காரணமாக ஐதராபாத் கிளையின் வளர்ச்சியை மனதில் வைத்து நிர்வாகம் இவரை அங்கு பணி மாற்றம் செய்தது.

சொந்த ஊரான ராஜபாளையத்திலிருந்து இவர் ஐதராபாத் செல்வதற்குப் புறப்பட்டார். நெல்லை எக்ஸ்பிரஸ் ரயிலில் சென்னைக்குச் சென்று அங்கு ரயில் மாற்றி ஐதராபாத்திற்கு செல்வதே இவரின் திட்டம். இவரது ரயில் டிக்கெட் முன்பதிவு செய்யப் பட்டதே தவிர இவருக்கான இருக்கை உறுதி செய்யப்படவில்லை.

கூட்ட நெரிசலில் மாட்டித் தவித்த அவர் சிரமப்பட்டு சிவகாசியில் இறங்கி ரயில் நிற்கும் இரண்டொரு நிமிடங்களில் டிக்கெட் பரிசோதகரிடம் தனக்கு டிக்கெட் உறுதிபடுத்திக் கொடுக்க வாய்ப்பு இருக்கிறதா என்று கேட்டார். டிக்கெட் பரிசோதகர் பதில் ஏதும் சொல்லாமல் ரயில் பெட்டிக்குள் ஏறிவிட்டார். ரயில் புறப்பட்டுவிட்டது. கையில் சூட்கேஸ் வைத்திருந்த நண்பர் ஓடோடிச் சென்று கம்பியை கையில் பிடித்து ரயில் பெட்டியின் மீது கால்வைத்து பெட்டிக்குள் ஏற எத்தனித்தார். உள்ளே இருந்தவாறே டிக்கெட் பரிசோதகர் அது ரிசர்வ் செய்யப்பட்ட பெட்டி என்பதால் கதவை 'டமால்' என்று சாத்தி உள்பக்கம் தாழ்ப்பாள் போட்டுவிட்டு சர்வசாதாரணமாக உள்ளே சென்றுவிட்டார். ஒரு கையில் சூட்கேஸ் - மறு கையில் கம்பி - கால் சரியாக ஊன்றி நிற்கமுடியாத நிலை ரயில் மெதுவாக சென்று கொஞ்சம் கொஞ்சமாக வேகமெடுக்கத் தொடங்கியது. நடைமேடையைக் கடப்பதற்குள் வேறு வழியின்றி நண்பர் கம்பியை விட்டுவிட்டு குதித்தார்.

அதற்குள் ரயில் நடைமேடையை சற்றே தாண்டிவிட்டதால் தடுமாறி கீழே விழுந்தார். நண்பரின் இடதுகால் தொடைக்கும் கொஞ்சம் கீழே ரயில் சக்கரம் ஏறி முழுக்காலும் துண்டாகி விட்டது. வலதுகாலின் பாதத்திற்கும் மேல் முழங்காலுக்கும் சற்று கீழ் அடுத்த சக்கரம் ஏறி அதுவும் துண்டாகித் தனியாக கிடக்கிறது. இடது கை தோள் பட்டைக்கும் கொஞ்சம் கீழ்பகுதி வரை சக்கரம் ஏறி கையும் வெட்டுப்பட்டுவிட்டது. ரத்த வெள்ளத்தில் மிதந்த அவருக்கு அங்கிருந்தவர்கள் செய்த அவசர உதவியால் மருத்துவமனையில் அனுமதிக்கப்பட்டு உயிர் பிழைத்தார். பல மாதங்கள் மருத்துவமனையில் சிகிச்சைப் பெற்று செயற்கைக் கைகளையும் கால்களையும் பொருத்திக் கொண்டார்.

பல மாதங்கள் ஏன் இரண்டொரு வருடங்கள் அவர் தன்னந் தனியாகவே கிடந்தார். அந்த நிலையில் நேரத்தைப் போக்க நல்ல நூல்களை நண்பர்கள் மூலம் வரவழைத்துப் படித்தார். பிறகு வாசிப்பை ஒரு வேள்வி போலவே மேற்கொண்டார். நல்ல நூல்களே நல்ல நண்பர்கள் என்று உளமார அனுபவ ரீதியாக உணர்ந்ததாக குறிப்பிடுகிறார். புதிய வெளிச்சமும் புதிய நம்பிக்கையும் தொடர்ந்த வாசிப்பால் உள்ளுக்குள் இருந்து ஊற்றெடுத்ததாகச் சொல்கிறார்.

இத்தனைக்கும் பிறகுதான் சென்னையில் நண்பர்களோடு இணைந்து தொழில் தொடங்கினார். சிகிச்சை முடிந்து திருமணம்

செய்துகொண்டு அழகான இரண்டு ஆண் குழந்தைகளுக்குத் தந்தையானார். சிறந்த குடும்பத் தலைவராகவும், தொழில் கூடத்தில் மிகச் சிறந்த நிர்வாகியாகவும் விளங்குகிறார். தொழிலில் மிகப் பெரும் வெற்றிக்கொடி நாட்டினார்.

இப்படி ஒரு சம்பவம் தனது வாழ்க்கையில் நடைபெற்ற சுவடு அவரது முகத்தில் கடுகளவும் தெரியவில்லை. முகத்தில் பழைய பிரகாசம், அதே கம்பீரம்... அதே கலகலப்பு... அதே சுறுசுறுப்பு... வாழ்க்கையின் ஏற்ற இறக்கங்களை ஒரே மாதிரி பார்க்கும் பக்குவம் இவரை மாபெரும் வெற்றியாளராக வலம் வர வைத்திருக்கிறது என்பதில் சந்தேகமில்லை.

இதில் வரும் 'நண்பர்' எஸ்.சி. மாரியப்பன் சென்னையில் கோடம்பாக்கம் பகுதியில் 'ஸ்ரீராம் ஸ்டுடியோ' என்ற பிரசித்தி பெற்ற நிறுவனத்தை நடத்தி வருகிறார். வானுயர்ந்த சொந்தக் கட்டடத்தில் இயங்கும் இந்நிறுவனம் இத்தொழில் சார்ந்த சில பிற தொழில்களையும் நடத்தி வருகிறது. சில முன்னணி தனியார் தொலைக்காட்சி நிறுவனங்களுக்குத் தேவையான நுட்பமான அரிய உபகரணங்களை இந்நிறுவனமே வழங்குகிறது. மொத்தத்தில் பல ஊழியர்களை வைத்து எந்நேரமும் சுறுசுறுப்பாகவே இயங்கி வருகிறது இந்நிறுவனம்.

34

வசப்படும் வாய்ப்பு

வாய்ப்புக் கிடைப்பதே அரிதாக உள்ள சமூகத்தில் கிடைத்த வாய்ப்பை முறையாகவும் முழுமை யாகவும் பயன்படுத்திக்கொள்வது மிகவும் அவசிய மாகும்.

ஐந்தாண்டுகளுக்கு முன்பு பல்கலைக்கழக மானியக் குழு (University Grands Commission) ஓர் அறிக்கையை வெளியிட்டிருந்தது. இந்திய நாட்டிலுள்ள பல்கலைக் கழகங்களின் எண்ணிக்கை, கல்லூரிகளின் எண்ணிக்கை, படிக்கிற மாணவர்களின் எண்ணிக்கை என்ற ஒரு நீண்ட புள்ளிவிபரப் பட்டியலே அந்த அறிக்கையின் ஓர் அங்கமாக வெளிவந்திருந்தது.

அவ்வறிக்கையின்படி இந்தியாவில் கல்லூரியில் படிக்க வேண்டிய வயதில் உள்ள இளைஞர்களில் ஏழு சதவிகிதம் பேர் மட்டும்தான் கல்லூரிக்குள் நுழைந்திருக்கின்றனர். இந்த அறிக்கை வெளியாகி ஐந்து ஆண்டுகள் ஆகிவிட்டபடியால் இன்னும் மூன்று சதவிகிதம் பேர் தற்போது வாய்ப்புப் பெற்றிருப்பார்கள் என்று ஊகித்து அவர்களையும் சேர்த்துக்கொண்டாலும் கூட பத்து சதவிகிதம் தான். மீதமுள்ள தொண்ணூறு சதவிகிதம் பேர் மேல் படிப்பு வாய்ப்பினை சுத்தமாகப் பெற முடியாதவர்கள்.

வாய்ப்புப் பெற்ற பத்து சதவிகிதம் பேரின் படிப்பிற்கு அரசு தனது கஜானாவிலிருந்து செலவிடுகிறது. கல்லூரியில் படிக்கும் வாய்ப்பை இழந்த மீதமுள்ள தொண்ணூறு சதவிகிதம் இளைஞர்களின் பெற்றோர் கொடுக்கும் வரிப்பணம் அனைத்தும் அரசின் கஜானாவுக்குத்தான் சென்றடைகிறது.

கல்லூரிப் படிப்பிற்கான வாய்ப்பு கிடைக்காத மீதமுள்ள தொண்ணூறு சதவிகித இளைஞர்களின் பெற்றோர்களுக்கு படித்த பத்து சதவிகித மாணவர்கள் நன்றிக்கடன் பட்டவர்கள்.

பலனைப் பெறும் பத்து சதவிகிதம் மாணவர்கள் தங்களுக்கு வழங்கப்பட்டுள்ள அரிதினும் அரிதான வாய்ப்பை, இந்த அம்சங்களையெல்லாம் மனதில் வைத்துக்கொண்டு முழுமையாகப் பயன்படுத்திக்கொள்ள வேண்டும். நன்றாகப் படித்து மிகச் சிறந்த மாணவர்களாக வளர உறுதியேற்க வேண்டும்.

கல்லூரிப் படிப்பிற்கான வாய்ப்பைப் பெற்ற மாணவர்களுக்கு இன்னொரு சமூகக் கடமையும் சேர்ந்தே இருப்பதை அவர்கள் நன்கு உணர வேண்டியது அவசியமாகும்.

இந்த சமூகத்தின் ஒட்டு மொத்த உழைப்பினாலும் முயற்சியினாலும்தான் நாம் கல்வி கற்கிறோம். ஆகவே இச் சமூகத்திற்கு கைம்மாறு செய்யும் கடமையும் நமக்கு இருக்கிறது என்ற கருத்தில் படித்து மேலே வந்த பிறகு நமது செயல்பாட்டை அமைத்துக் கொள்ள வேண்டும்.

காலப்போக்கில் மீதமுள்ள தொண்ணூறு சதவிகித இளைஞர்களுக்கும் மேற்கல்வி வாய்ப்பு கொஞ்சம் கொஞ்சமாகக் கிடைக்கப் பெற்று அவர்களும் கல்லூரிக் கல்வி கற்கிற நிலையை அடைய இப்போது வாய்ப்புப் பெற்றவர்கள் தீவிரமாக முயலவேண்டும்.

வரம் கொடுக்கும் தேவதைகள்
வந்தபோது தூங்கினேன்
வந்தபோது தூங்கிவிட்டு
வாழ்க்கையெல்லாம் ஏங்கினேன்

கரம்கொடுக்கும் வாய்ப்புகளை
கைகழுவி வீசினேன்
கைகழுவி வீசிவிட்டு
காலமெல்லாம் பேசினேன்

என்றார் கவிஞர் மு.மேத்தா. கிடைக்கிற வாய்ப்புகளை அப்போதைக்கப்போதே நன்கு பயன்படுத்தி நாம் வளர்வதோடு இச்சமூகத்தையும் வளர்க்க நம்மால் இயன்றதை மனமுவந்து செய்வோம்.

35

சகாப்தத்தை சந்தித்து...

1997... இந்திய விடுதலைக்குப் பொன்விழா கொண்டாடிய நேரம்... இம் மண்ணில் நடைபெற்ற விடுதலைப் போராட்டத்தின் பன்முகத்தைப் பல கோணங்களில் பதிவு செய்யப் பலரும் முயற்சித்த காலகட்டம்.

'ஜீவா முழக்கம்' என்ற வார இதழின் பொன்விழா மலர் தயாரிக்கும் முழுப்பொறுப்பும் எம்மிடம் ஒப்படைத்திருந்தனர். வித்தியாசமாக ஏதேனும் செய்ய வேண்டுமே என எண்ணி நேதாஜியின் இந்திய தேசிய இராணுவத்தின் மகளிர் படைத் தளபதியான கேப்டன் லட்சுமி அவர்களை நேரில் சந்தித்து அவரின் வரலாற்றுச் சுருக்கத்தை பேட்டி வடிவில் வெளியிட எண்ணினோம்.

கேப்டன் லட்சுமியின் வாழ்விடத்தை விசாரித்துத் தெரிந்துகொண்டோம். இந்திய தேசிய இராணுவத்தின் இறுதிக் கட்டப் போராட்டம் 1945-இல் முடிவுற்ற பின்னர் கேப்டன் லட்சுமி தனது கணவருடன் கான்பூர் சென்று அங்கேயே நிரந்தர மாகக் குடும்பத்துடன் தங்கிவிட்ட செய்திகளைச் சேகரித்தோம்.

லட்சுமியின் கணவர் சேகல். இவர் பஞ்சாப் மாநிலத்தைச் சேர்ந்தவர். நேதாஜியின் இந்திய தேசிய இராணுவத்தில் முன்னணித் தளபதியாக விளங்கியவர். தமிழ்நாட்டைச் சேர்ந்த லட்சுமியும் பஞ்சாப்பைச் சார்ந்த சேகலும் திருமணம் செய்து கொண்டு இருவருக்குமே சம்பந்தமில்லாத கான்பூர் நகரத்தில் குடியேறியுள்ளனர்.

கேப்டன் லட்சுமியின் தொலைபேசி எண்ணை அரிதின் முயன்று பெற்று அவரைத் தொடர்பு கொண்டோம். அரை நூற்றாண்டிற்கும் மேலாக கொஞ்சமும் தமிழ் மொழியோடு சம்பந்தமில்லாமல் உள்ளார் என்பதால் அவரிடம் தொலை பேசியில் ஆங்கிலத்தில் பேசினோம். எங்களின் ஆங்கிலக் கேள்விகளுக்கு நல்ல தமிழில் அன்பும், பண்பும் கலந்த தொனியில் அற்புதமாக பதில் கூறினார் கேப்டன் லட்சுமி.

"தங்களை சந்தித்து தங்களின் வீரமிகு வரலாற்றை தங்களிடம் நேரில் தெரிந்துகொள்ள கான்பூர் வருகிறோம், நேரம் ஒதுக்கிக் கொடுங்கள்" என்றோம். "வேண்டவே வேண்டாம்... நேரத்தையும் பணத்தையும் சக்தியையும் விரயம் செய்ய வேண்டாம். மிகவும் விரும்பினீர்களானால் என் வரலாற்றுச் சுருக்கத்தை நானே என் கைப்பட எழுதி அனுப்புகிறேன்" என்று கூறினார். திரும்பத் திரும்பப் பேசி கடைசியில் அவரிடம் சம்மதம் பெற்று கான்பூர் சென்று கேப்டன் லட்சுமியின் இல்லத்திற்குச் சென்றடைந்தோம்.

மகிழ்ச்சியோடு வரவேற்றார். அந்தத் தள்ளாத வயதிலும் டாக்டர் என்ற முறையில் நூற்றுக்கணக்கான ஏழை எளிய மக்களுக்கு இன்முகத்துடன் இலவசமாக சிகிச்சையளித்ததை நேரில் பார்த்தபோது மதர் தெரசாவைத் தரிசித்தது போன்ற உணர்வு ஏற்பட்டது.

அவரது வீட்டிலும், அங்கிருந்து தொலை தூரத்திலிருக்கும் அவரது மருத்துவமனையிலும் அவரிடம் கலந்துரையாடுகிற அரிதான வாய்ப்பு அமையப் பெற்றது.

இரவு நெடு நேரம் ஆன பிறகும் உற்சாகத்துடன் உரையாடி னார். அவரது மகள் சுபாஷினி கான்பூர் தொகுதியின் முன்னாள் நாடாளுமன்ற உறுப்பினர். முகமது அலி என்ற இஸ்லாமியரைத் திருமணம் செய்துகொண்டார். இன்னொரு மகள் உலகப் புகழ்பெற்ற நாட்டியப் பேரிகை. மருந்துக்குக்கூட அவரது

வீட்டில் 'தமிழ்' இல்லை. இவர் என்ன பேசிக்கொண்டிருக் கிறார் என்பதை அருகில் அமர்ந்திருந்த மகள்களுக்கே கொஞ்சமும் தெரிந்திருக்காது.

இரண்டு நாட்கள் இரவு பகல் உரையாடிய பின்னர் இறுதியாக அவர் உதிர்த்த வாக்கியங்கள் இறுதி மூச்சுள்ள வரையில் மறக்க முடியாதவையாகும்.

"ராணி ஜான்சி ரெஜிமெண்ட் என்பது நேதாஜியின் இந்திய தேசிய இராணுவத்தின் மகளிர் பிரிவாகும். நான் நேதாஜியை சிங்கப்பூரில் முதன் முதலாக சந்தித்து ஐ.என்.ஏ.யில் சேர வேண்டும் என்று கேட்டுக்கொண்டபோது பெண்கள் INA யில் யாரும் இல்லாத நிலை. பிறகு தான் பெண்களுக்கான ரெஜி மெண்ட்டைத் தொடங்கினார் நேதாஜி. 1500-க்கும் மேற்பட்ட பெண்கள் ராணுவ உடையுடன் 3 மாதங்கள் 6 மாதங்கள் தீவிர இராணுவப் பயிற்சியுடன் ஆயுதப் போராட்டத்திற்கு ஆயத்த மாயினர். அப்படையின் கேப்டனாக நேதாஜி என்னை நியமித்தார். இப்படையில் ரப்பர் தோட்டத்திலும் தேயிலைத் தோட்டத்திலும் வேலை செய்த சாதாரண கடைநிலை இந்திய பெண் தொழிலாளிகள் பலர் தேசபக்த உணர்ச்சியுடன் சேர்ந்தனர். வீறுகொண்ட வீராங்கனைகளாக அவர்கள் அனைவரும் விளங்கினர். அவர்கள் செய்த தியாகம் அளப்பரியது" என்று உணர்ச்சியுடன் உரக்கக் கூறிய கேப்டன் லட்சுமி கடைசியாக "இந்த வீராங்கனைகளில் 90% பேர் தென்னிந் தியாவைச் சேர்ந்தவர்கள். அதிலும் குறிப்பாக 75%க்கும் மேல் தமிழ்ப் பெண்கள் இப்படையில் இடம்பெற்றனர்" என்று முத்தாய்ப்பாகக் கூறி முடித்தார். ஆம்… புறநானூற்றின் வழி வந்த வீரத்தமிழ் வீராங்கனைகள்தாம் இவர்கள்.

36

விசாரிக்காத விசாரணை

"கண்ணால் காண்பதும் பொய். காதால் கேட்பதும் பொய். தீர விசாரித்து அறிவதே மெய்" என்ற வாக்கியங்களில் ஆயிரம் அர்த்தங்கள் பொதிந்திருப்பதை அன்றாட வாழ்க்கையில் நாம் பார்க்கிறோம். ஒவ்வொருவர் வாழ்க்கையிலும் இதற்கு ஏராளமான உதாரணங்கள் இருக்கின்றன. உண்மைச் சம்பவம் ஒன்றை இதற்கு ஏற்ற உதாரணமாக கொள்ளலாம்.

ஆட்டோ ஓட்டுனர் ஒருவர் ரூ.20,000/- தொகையை எடுத்துக் கொண்டார் என்று புகார் கொடுக்கப்பட்டு தண்டிக்கப்பட்டார். விசாரித்ததில், கோபிசெட்டிப்பாளையத்தைச் சேர்ந்த ஒரு நிறுவனத்தில் வேலை செய்யும் ஒருவர், ஈரோடு நகரில் ஆட்டோவில் சென்றதாகவும் அவசரத்தில் பேருந்து நிலையத்தில் இறங்கி பேருந்தைப் பிடிக்கச் சென்றபோது கைப் பையை ஆட்டோவில் வைத்து விட்டுச் சென்று விட்டதாகவும், கைப்பை குறித்து நினைவு வந்ததும் பேருந்தில் இருந்து இறங்கி ஓடி ஆட்டோ ஸ்டேண்டுக்குச் சென்று அதே ஆட்டோ ஓட்டுனரிடம் கேட்டதாகவும், ஆட்டோ ஓட்டுனர் அவ்வாறு ஒரு கைப்பை தனது ஆட்டோவில் இல்லை என்று சொல்லிவிட்டதாகவும் புகாரில்

கூறியதோடு, அந்த ஓட்டுனர்தான், கைப்பையிலிருந்த ரூ.20,000/- பணத்தை எடுத்துக்கொண்டார் என்று கூறியதும் தெரிய வந்தது.

இதைப்பற்றி தீவிரமாக வெளியில் நின்றுகொண்டிருந்த ஓட்டுனர்களிடம் கேட்டுக்கொண்டிருந்தபோது, ஓர் ஓட்டுனர் தனியாக வந்து, "உள்ளே இருக்கும் ஆட்டோ ஓட்டுனர் ஒரு குற்றமும் செய்யவில்லை. அவரை எப்படியாவது பார்த்து வெளியே வர ஏற்பாடு செய்யுங்கள்" என்று மிகவும் பதற்றத்தோடு கூறினார்.

"எப்படி அவ்வளவு உறுதியாகச் சொல்கிறீர்கள்?" என்று கேட்க, "அந்தப் பயணியை நான்தான் சவாரி எடுத்துச் சென்றேன். உள்ளே இருக்கும் ஆட்டோ டிரைவர் நல்லவர். அப்பாவி" என்று கூறினார்.

"அப்படியென்றால் அந்தக் கைப்பை எங்கே? அதிலிருந்த ரூ.20,000 எங்கே? கொடுத்துவிட்டால் காவல் நிலையத்தில் உண்மையைச் சொல்லி அவரை வெளியே அழைத்து வரலாம்" என்றோம்.

"அந்தப் பயணி கைப்பையெல்லாம் ஒன்றும் கொண்டு வரவில்லை. அவர் பணத்தை நான் எடுக்கவுமில்லை. ஆனால் நான்தான் எனது ஆட்டோவில் அவரை பேருந்து நிலையத்திற்கு சவாரி ஏற்றிச் சென்றேன்" என்றார் அந்த ஆட்டோ டிரைவர்.

விசாரணையில் ரூ.20,000/-க்கு ஆசைப்பட்டு தானே இப்படி ஆட்டோவில் தொலைத்துவிட்டதாகப் பொய்ப் புகார் கொடுத்தவரே ஒப்புக்கொண்டார்.

புகார் கொடுத்தவரைக் கேட்டால் "என் முதலாளி ரொம்ப நல்லவர். நான் அவரிடம் பல்லாண்டுகளாக வேலை செய்கிறேன். என்மீது என் முதலாளிக்கு நல்ல நம்பிக்கையுண்டு. மேலும் அவர் பெரும் போக்கானவர். இப்படி தொகை தொலைந்து போய்விட்டது என்று சொன்னால் "சரி பரவாயில்லை வந்துவிடு" என்று சாதாரணமாகச் சொல்லிவிடுவார் என்று நினைத்தேன். ஆனால் நான் நினைத்ததற்கு மாறாக என் முதலாளியே நேரில் வந்து புகார் கொடுக்கலாம் என்று சொன்னவுடன் வேறு வழியில்லாமல் காவல் துறையிடம் அந்த ஸ்டேண்டில் உள்ள யாரோ ஒரு டிரைவரைக் கைகாட்டி விட்டேன். இவ்வளவு விபரீதம் நடக்கும் என்று கொஞ்சம்கூட நினைக்கவில்லை.

கொஞ்சம் கூட சம்பந்தமில்லாத அப்பாவி மாட்டிக் கொண்டதும், திட்டம் தீட்டித் திருடியவர் அப்பாவி மீது புகார் கொடுத்துதான் தப்பிக்க நினைத்ததும் ஒரே நேரத்தில் நடந்துள்ளது.

எந்தச் செயல் குறித்தும் முடிவுக்கு வருமுன் எல்லாக் கோணங்களில் ஆய்ந்து ஆத்திரமும் அவசரமும் படாமல் முடிவெடுப்பது முக்கியம் என்பதை இந்நிகழ்ச்சி நமக்கு எடுத்துக் காட்டுகிறது.

நூலாசிரியர் வழக்குரைஞராகவும் ஈரோடு மாவட்ட ஆட்டோ ஓட்டுனர் மற்றும் உரிமையாளர்கள் சங்கத்தின் தலைவராகவும் விளங்குவதால் ஆட்டோ ஓட்டுனர் ஒருவர் காவல் துறையினரால் காவல் நிலையத்திற்கு அழைத்துச் செல்லப்பட்டு 'விசாரணை' என்ற பெயரில் சித்ரவதை செய்யப்படும் செய்தியைப் பதறியடித்துக்கொண்டு நூலாசிரியரின் அலுவலகத்திற்குக் கூட்டமாக வந்த ஆட்டோ ஓட்டுனர்கள் தெரிவித்தனர். நூலாசிரியர் உடனடியாக ஈரோடு நகரிலுள்ள அக்காவல் நிலையத்திற்குச் சென்றார்.

அதற்குள் கிஞ்சிற்றும் குற்றம் செய்யாத அப்பாவியான அந்த ஆட்டோ ஓட்டுனரை காவல் துறை அதிகாரி தலைமையில் காவல் துறையினர் தங்களுக்கே உரிய பாணியில் கண்மண் தெரியாமல் அடித்து நொறுக்கிவிட்டனர். நொறுங்கிப் போன ஆட்டோ ஓட்டுனரை மயங்கிய நிலையில் காவல் துறையினரே ரகசியமாக ஒரு தனியார் மருத்துவமனையில் சேர்த்து அங்கு பெயர்ப் பதிவே செய்யாமல் சிகிச்சையளித்தனர். நூலாசிரியர் காவல் நிலையத்திலும் பின்னர் ஓட்டுனர் சிகிச்சை பெற்றுக் கொண்டிருந்த மருத்துவமனைக்கும் சென்று முழுமையாக விசாரித்ததில் இந்த உண்மை வெளிவந்தது. கடைசியில் காவல்துறையினரும் இதை ஒப்புக்கொண்டு ஓட்டுனர் மீது வழக்குப் பதிவு செய்யவில்லையே தவிர அந்த ஓட்டுனர் பட்ட அடி அவர் ஆயுள் முழுக்க அவரால் மட்டுமல்ல அவரது குடும்பத்தார் யாராலும் மறக்க இயலாது. ஓட்டுனர் பிழைத்துக் கொள்வார் என்று இரண்டு நாட்களுக்குப் பிறகுதான் மருத்துவர்கள் கூறினர்.

இந்நிகழ்ச்சியை அடிப்படையாகக் கொண்டு உருவான உரை இது.

37

வீரத்தாய்

1928-ஆம் ஆண்டு கதர் பணிக்கு நிதி திரட்டு வதற்காக மகாத்மா காந்தியடிகள் தென்னிந்தி யாவில் சுற்றுப் பயணம் மேற்கொண்டிருந்தார். அளவுக்கு அதிகமாக சூறாவளி போல் சுற்றுப் பயணம் இடையறாது மேற்கொண்டதால் காந்தியடிகளுக்கு சற்று உடல்நலம் குன்றியது. மருத்துவர்களும் உடனிருந்த சகாக்களும் வேண்டிக்கொண்டதற் கிணங்க மைசூர் நகரை அடுத்துள்ள 'நந்தி ஹில்ஸ்' என்ற குன்றின் மீது ஓய்வாக சில நாட்கள் தங்கி யிருந்தார்.

காந்தியடிகளுடன் உதவிக்காக ராஜாஜியும் நந்தி ஹில்ஸ்ஸில் தங்கியிருந்தார். அப்போது மைசூர் சென்றிருந்த ஒரு பெண்மணி தனது இரண்டு மகன் களுடன் காந்தியடிகளை தரிசிக்க நந்திஹில்ஸ் சென்றார். காந்தியடிகள் ஓய்வில் இருப்பதால் அவரைப் பார்த்துத் தொந்தரவு கொடுக்க வேண்டாம் என்று ராஜாஜி அந்தப் பெண்மணியிடம் கூறி விட்டார்.

திரும்பத் திரும்ப அந்த அம்மையார் மன்றாடிக் கேட்டுக்கொண்டதால் கடைசியாக எந்தத் தொந்தரவும்

செய்யாமல் கொஞ்சம் விலகி நின்று காந்தியடிகளைப் பார்த்து விட்டு மட்டும் செல்ல அப்பெண்மணி அனுமதிக்கப்பட்டார்.

அம்மையார் தனது கையில் வைத்திருந்த 15 ரூபாயை கதர் நிதிக்காக காந்திஜியிடம் அளித்தார். நிதியைப் பெற்றுக்கொண்ட பின்னர் அந்த அம்மையார் யார் என்றும் இவ்வளவு தூரம் பயணம் மேற்கொண்டு வந்து நிதி கொடுக்கும் அளவுக்கு ஆர்வம் மேலிட்டதற்கான காரணம் குறித்தும் அந்த அம்மையாரிடமே வினவினார் காந்தியடிகள்.

தனக்கென்று தனி வரலாறு ஒன்றும் இல்லையென்றும் காந்தியடிகளை நேரில் பார்க்க வேண்டும் என்ற நெடுநாளைய விருப்பத்தின் விளைவாகவே அங்கு வந்ததாகவும் விளக்க மளித்தார் அப்பெண்மணி.

"கதர் இயக்கத்தில் உங்களுக்கு ஆர்வம் உண்டா? கதர் நிதி உணர்வுபூர்வமாக கொடுத்தீர்களா?" என்று கேட்டார் காந்தியடிகள்.

தொடக்க காலத்திலிருந்தே கதர் இயக்கத்தில் தீவிர ஈடுபாடு இருந்ததையும் "கதர் சேவா சங்கம்" என்ற ஒரு சங்கத்தை ரங்கூனில் நடத்தி வருவதாகவும் அடுக்கடுக்காக ஆர்வமுடன் எடுத்துக் கூறினார் அந்தப் பெண்மணி.

"இவ்வளவு தேச சேவை செய்யும் நீங்கள் கதர்ப்பணிக்கு நிதி அளிப்பதில் மட்டும் ஏன் இந்த அளவுக்கு கஞ்சத்தனமாக இருக்கிறீர்கள்?"என்று கேட்டார் காந்தியடிகள்.

அதிர்ந்து போனார் அந்தப் பெண்மணி. "என்னிடம் ரூ. 15 மட்டும்தான் இருக்கிறது. மீதமுள்ள பணம் நான் திரும்பிச் செல்லும் செலவுக்கு மட்டும்தான் வைத்துள்ளேன். இன்னும் எவ்வளவு இருந்தாலும் கொடுக்கத்தான் ஆசை" என்று பதறிப் போய் பதிலளித்தார் அந்தப் பெண்மணி.

"உங்கள் மூன்று ஆண் பிள்ளைகளில் ஒருவரை தேச சேவைக் காக என்னிடம் ஒப்படையுங்கள்! நீங்கள் நினைத்தால் நிதி கொடுக்க முடியாமல் இருக்கலாம். தங்களின் பிள்ளைகளில் ஒருவரை இந்த தேசத்திற்காக அர்ப்பணிக்கலாம் அல்லவா" என்று கேட்டார் காந்தியடிகள்.

அவ்வாறு காந்தியடிகளின் கரத்தில் அந்தப் பெண்ணால் ஒப்படைக்கப்பட்ட அவரின் பிள்ளைகளில் ஒருவர்தான்

பி.எஸ். சுந்தரம். ரங்கூனிலிருந்து திருப்பூருக்குக் குடியேறி தேச சேவைகளில் தங்களை முழுமையாக ஈடுபடுத்திக்கொண்ட பி.எஸ். சுந்தரம்தான் திருப்பூர் குமரன் பங்கேற்ற எழுச்சி மிகு ஊர்வலத்திற்குத் தலைமையேற்றவர்.

மொத்தம் 10 தேசபக்தர்கள் மட்டுமே பங்கேற்ற அந்த வரலாற்றுச் சிறப்பு மிக்க ஆங்கிலேய அரசின் கொடிய தடையை மீறிய - உணர்ச்சிமிகு ஊர்வலத்திற்குத் தலைமையேற்றது மட்டுமல்லாது அந்த ஊர்வலத்தின் தொடக்கத்தில் எழுச்சிமிகு உரை நிகழ்த்தி தேச பக்தர்களின் நெஞ்சங்களில் உறுதியை ஏற்படுத்திய உத்தமர்தான் பி.எஸ்.சுந்தரம்.

அந்த ஊர்வலத்தில் சென்றுகொண்டிருந்த போது காவல் துறையினர் தங்களது குண்டாந்தடியால் ஓங்கி அடித்த அந்த ஒரே அடியில் மண்டை பிளவுபட்டு சுருண்டு விழுந்து செத்து மடிந்தான் திருப்பூர் குமரன்.

தலைமையேற்ற பி.எஸ். சுந்தரத்தின் உடல் முழுக்க அடி பட்டு 19 இடங்களில் எலும்பு முறிவு ஏற்பட்டு மருத்துவமனையில் மாதக் கணக்கில் சிகிச்சை பெற்றுத் திரும்பி வந்து தேச சேவையைத் தொடர்ந்தார்.

இந்த பி.எஸ். சுந்தரம் எழுதிய 'திருப்பூர் குமரன்' என்ற சிறு புத்தகத்தால்தான் குமரனின் தியாகம் திக்கெட்டும் பரவியது.

38

மெய்வருத்தக் கூலி தரும்

உழைப்பின் மேன்மையை எடுத்துச் சொல்லாத உலகச் சான்றோர் எவரும் இல்லை. "ஓதாமல் ஒரு நாளும் இருக்க வேண்டாம்" என்பதை அறிந்த நமக்கு உழைக்காமல் ஒரு பொழுதைக் கழிக்க வேண்டாம் என்கிற ஆழமான கருத்தை பலர் தனது வாழ்வின் செய்தியாக விட்டுச் சென்றுள்ளனர்.

அவ்வாறு ஒரு பெரியவரிடம் ஏற்பட்ட அனுபவம் வாழ்வில் என்றென்றும் மறக்க முடியாததாகும்.

தொண்ணூறு வயதைக் கடந்த பெரியவர் ஒருவர் உழைப்பிற்கே உதாரணமாக வாழ்ந்தார். தனக்கு நினைவு தெரிந்த காலத்திலிருந்து மண்ணோடு மண்ணாகக் கிடந்து ஓயாமல் இடைவெளியில்லாமல் உழைத்தார். காடுகளைத் திருத்துவது கழனிகளாக்கு வது மாடுகளைக் கட்டி உழவு ஓட்டுவது பாத்தி பிடிப்பது-பயிர் செய்வது, இரவென்றும் பகலென்றும் பாராமல் விளையும் பயிர்களுக்கு நீர்பாய்ச்சுவது, கால்நடைகளைப் பராமரிப்பது என்று களைப்பே இல்லாமல் காலம் பூராவும் கடுமையாக உழைத்துக் கொண்டிருந்தவர்தான் அக்கிராமத்துப் பெரியவர்.

கல்வியறிவே இல்லாத அவர் தட்டித்தடுமாறி தனது கையெழுத்தை மட்டும் போடக் கற்றுக் கொண்டிருந்தார். அவ்வளவுதான்.

கள்ளங் கபடமும் நடைமுறை வாழ்க்கையிலுள்ள சூதும் வாதும் மருந்துக்குக்கூட இல்லாது முழுவாழ்க்கையும் வாழ்ந் தவர் அவர்.

பெரியவரது தந்தையாரே நிலபுலன்கள் பரவலாக வைத்திருந்த பெருமகனார்தான். பெரியவரும் அதை மேலும் விரிவுபடுத்தி யிருந்தாரே தவிர கடுகளவுக்குக் கூட பூமியை விற்கவோ வில்லங்கப் படுத்தவோ இல்லை. இவருக்கு மூன்று மகன்கள். அவர்களும் தனித்தனியாக வசதியாகத்தான் வாழ்ந்தனர்.

இவ்வளவு வசதியும் வாய்ப்பும் இருந்தும், உட்கார்ந்து கொண்டே இன்னும் ஒரு தலைமுறைக்கே சாப்பிடலாம் என்ற நிலையிருந்தபோதும், அவரைக் கரிசனத்தோடு கவனிக்க அக்கறை மிக்க மகன்கள் இருந்தும், இந்தப் பெரியவர் மட்டும் உளப்பூர்வமாக உழைப்பதை இடைக்காலமாகக் கூட நிறுத்திய தில்லை.

வீணை வித்துவான் வீணையை மீட்டுகிற போது தன்னையும் மறந்து லயித்துப் போய்விடுவாரே அதுபோல இந்தப் பெரியவர் உழைப்பை ரசிப்பவர். உழைக்க உழைக்க இன்பம் காண்பவர்.

பெரியவரின் பேரனுக்கு தனது தாத்தா குறித்து பெரிய மரியாதை. பெரியவருக்கும் பேரன் மீது மிகுந்த அன்பு.

தொண்ணூறு வயதிற்குப் பிறகும் ஒருமுறை தனது நிலத்தில் வேலை செய்துகொண்டிருந்த பெரியவர் கீழே விழுந்து இடுப்பெலும்பு முறிந்து போய்விட்டது. சிகிச்சை முடிந்து வீட்டில் கட்டிலில் காலைத் தூக்கிக் கட்டியவாறு படுத்திருந்தார்.

எப்போதும் போல் அன்பு கலந்த மரியாதையோடு தாத்தா விடம் கிண்டலும் கேலியுமாகப் பேசிக்கொண்டிருந்தான் பேரன். பேரன் பேசுவதைக் கேட்டு கலகலவெனச் சிரித்தார் தாத்தா. நம்பிக்கை தளராது எப்போதும் காணப்படும் தாத்தா திடீரென்று பேரனிடம் "இனி எப்போது சாவு வருமோ!" என்று இடையில் ஒரு கேள்வி கேட்டார்.

எப்போதும் நம்பிக்கை தளராது பேசும் தாத்தா இப்படி பேசுகிறாரே என்று நினைத்த பேரன், "இப்படியெல்லாம் சொல் லாதீர்கள்" என்று தாத்தாவிடம் சொன்னான். அதற்குத் தாத்தா "பாடுபடாமல் எப்படி சோறுங்கறது" என்று ஒரு மாதிரி சிரித்துக் கொண்டே பேரனிடம் கேட்டார்.

அதுவரை தாத்தாவிடம் சாதாரணமாகப் பேசி சிரித்துக் கொண்டிருந்த பேரன் தாத்தாவின் இந்த வார்த்தைகளைக் கேட்டவுடன் தேம்பித் தேம்பி அழுதுவிட்டான். பேரன் ஏன் திடீரென்று அழுகிறான் என்பதைக் கூட புரிந்துகொள்ள முடியாத 'வெள்ளந்தி' மனிதரான தாத்தா உழைக்காமல் உண்ணக்கூடாது என்ற மாபெரும் தத்துவத்தை எப்படித்தான் புரிந்து வைத்திருந்தாரோ தெரியவில்லை.

எத்தனையோ அறிஞர்களின் கருத்துகளையெல்லாம் சிறு வயதிலிருந்து ஆர்வமாகப் படித்து வைத்திருந்த பேரனை *"பாடுபடாமல் எப்படி சோறு உங்கறது"* என்ற தாத்தாவின் கிராமிய வாக்கியம் உலுக்கி எடுத்துவிட்டது.

இந்த உண்மைச்சம்பவம் உழைப்பின் உன்னதத்தை நமக்குத் தெளிவாக எடுத்துக்காட்டுகிறது.

இதில் வரும் பேரன் நூலாசிரியர்தான். பெரியவர் நூலாசிரியரின் தாத்தா சி. காசியண்ணன்.

39
கைதியே கலெக்டரா?

ஏற்றமும் இறக்கமும்தான் வாழ்க்கை என்ற எதார்த்தத்தை நாம் அனைவரும் ஏற்றுக்கொள்ளத் தான் வேண்டும். சில சமயங்களில் இறக்கம் படு பாதாளமாகவும், ஏற்றம் எவரெஸ்ட் சிகரமாகவும் கூட இருப்பதை வரலாற்றில் பார்த்திருக்கிறோம். இன்னும் சில நேரங்களில் எதிர்பாராத இன்ப அதிர்ச்சியைக் கூட வாழ்க்கையின் சில திகில் திருப்பங்கள் ஏற்படுத்திவிடுகின்றன.

விடுதலைப் போராட்ட காலகட்டத்தில் நடை பெற்ற ஒரு நிகழ்ச்சி இதற்கு சாலப் பொருத்தமான உதாரணமாக விளங்குகிறது.

மதுரையைச் சார்ந்த புகழ்மிக்க வழக்கறிஞர் எல். கிருஷ்ணசாமி பாரதி விடுதலைப் போராட்டத் தில் தீவிரமாக ஈடுபட்டவர். இவர் ஆங்கிலேய ஆட்சிக்கெதிரான போராட்டத்தில் உக்கிரமாக ஈடுபட்டதால் கைது செய்து சிறையிலடைக்கப்பட்டு சித்ரவதை செய்யப்பட்டார். இவர் ஆண்டுக் கணக் காக சிறையிலிருந்ததோடு இவரைப் போலவே போராட்டத்தில் ஈடுபட்ட இவரது மனைவியும் பல மாதங்கள் சிறையில் அடைக்கப்பட்டு சித்ரவதைக்கு ஆட்பட்டார்.

தாயும் தந்தையும் தனித்தனிச் சிறையில் அடைக்கப்பட்ட போது அவர்களது மகள் மகாலட்சுமி பாரதிக்கு வயது 8, மகன் லட்சுமிகாந்தன் பாரதிக்கு வயது 6. இந்தச் சிறுவர்கள் இருவரும் பெற்றோரின்றி பரிதவித்தனர். வீட்டுச் சமையல்காரரும் தந்தை யாரின் வக்கீல் குமாஸ்தாவும்தான் இவர்களைப் பார்த்துக் கொண்டனர்.

சிறுவன் லட்சுமிகாந்தன் பாரதி சின்னஞ்சிறு வயதிலேயே பெற்றோரைப் போலவே விடுதலைப் போராட்டத் தீவிர உணர்வுடன் வளர்ந்தார். பதினாறு வயது மாணவனாக மதுரை அமெரிக்கன் கல்லூரியில் படித்துக்கொண்டிருந்த போது 'வெள்ளையனே வெளியேறு' இயக்கத்தில் காந்தியடிகள் கைது செய்யப்பட்டதைக் கண்டித்து போர்க்களத்தில் இறங்கினார் லட்சுமிகாந்தன் பாரதி. கைது செய்யப்பட்டு மதுரைச் சிறையில் அடைக்கப்பட்டார்.

சிறையிலிருந்து விசாரணைக்காக நீதிமன்றத்திற்கு கையிலும் காலிலும் சங்கிலியைக் கட்டி வேகாத வெயிலில் நடந்தே இழுத்து வரப்பட்டார். இந்த நீதிமன்றம் மாவட்ட ஆட்சித்தலைவர் அலுவலக வளாகத்தில்தான் இருந்தது. நீதிமன்ற வாசலில் கையிலும், காலிலும் சங்கிலியும் விலங்குமாக நின்ற பாரதியைப் பார்த்து கதறி அழுதார் அவரது தாயார். அந்த வழக்கில் ஆறுமாத சிறை தண்டனை கிடைத்து அலிப்புரம் சிறைச்சாலையில் அடைக்கப்பட்டார் லட்சுமிகாந்தன் பாரதி.

சிறையிலிருந்து விடுதலையாகி வெளியே வந்த பின்னர் படிப்பையும் போராட்டத்தையும் தொடர்ந்தார். நாட்டிற்கு விடுதலை கிடைத்த பிறகு ஐஏஎஸ் பணியில் மதுரை மாவட்ட ஆட்சித் தலைவராக நியமிக்கப்பட்ட லட்சுமிகாந்தன் பாரதி எந்த அறையில் விசாரணைக்காக அழைக்கப்பட்டு சங்கிலியோடு நின்றாரோ அதே அறையில் ஆட்சித் தலைவராக கம்பீரமாக அமர்ந்தார்.

ஒரு காலத்தில் கேவலப்படுத்தப்பட்ட விதத்தில் அவமானப் படுத்தப்பட்ட கோலத்தில் கைதியாக நிற்க வைக்கப்பட்ட நிலையில் விசாரணை நடந்த நீதிமன்ற அறைதான் பிற்காலத்தில் ஆட்சித் தலைவர் அமர்கிற அறையாக மாற்றப்பட்டிருந்தது.

அன்று சங்கிலியோடு அதே அறையில் கைதியாக நின்றவரும் அவர்தான். பிற்காலத்தில் டவாலி பியூன்களும் துப்பாக்கி ஏந்திய

காவலர்களும் புடைசூழ அதே அறையில் அமர்ந்து ஆட்சி செலுத்தியவரும் அவர்தான்.

"மாறும் என்ற ஒன்றைத் தவிர மற்றவை யாவுமே மாறிக் கொண்டே இருக்கும்" என்பது அறிஞர்களின் கூற்று.

ஏற்றம் என்பதற்காக ஏகாந்தமாக இருப்பதோ இறக்கம் ஏற்பட்டுவிட்டால் இறுகிப் போய்க் கிடப்பதோ கூடவே கூடாது என்பதை யோகிகள் வாழ்க்கையில் மட்டுமல்ல தியாகிகள் வாழ்விலிருந்தும் நம்மால் உணரமுடிகிறது.

சோதனைகள் வந்தபோது துவண்டுவிடாமல் தான் கொண்ட கொள்கையில் உறுதியுடன் இருந்து முன்னேறினால் எதிர்காலத்தில் சாதனைகள் படைப்பதற்கான சந்தர்ப்பங்கள் தானாக வரும்.

நோக்கம் மட்டும் சத்தியத்தின் பாற்பட்டதாக இருந்தால் அந்நோக்கத்தை நிறைவேற்றத் தேர்வு செய்துகொண்ட வழிமுறை களும் நேர்மையானதாக இருந்தால் எதிர்ப்படும் எவ்வகையான இன்னல்களும் ஏற்படும் எத்தகைய இடையூறுகளும் இடைக்கால மானதாகவே இருக்கும்.

40

நன்றி மறப்பதா?

தாய், தந்தையரின் சிறப்புகளையும் பெருமை களையும் இளம் தலைமுறையினர் உணர்ந்து வைத்திருக்க வேண்டியது மிகவும் அவசியமாகும்.

ஈரோடு மாவட்டத்தில் 'சிவகிரி' என்ற ஊர் இருக் கிறது. அங்கு சராசரிக்கும் கீழ் உள்ள விவசாயக் குடும்பத்தில் பிறந்த ஒருவர் அங்குள்ள அரசுப் பள்ளியில் படித்தார். பிறகு ஈரோட்டிலுள்ள அரசுப் பள்ளியிலும் படிப்பைத் தொடர்ந்தார். இவரின் தாய் தந்தையர் கல்வியறிவற்றவர்கள் - உற்றார் உறவினர் களும் கல்வி கற்றவர்கள் இல்லை. இவரின் கல்வி வளர்ச்சிக்கு பிறர் உதவிடும் அளவுக்கு அவருக்கு வாழ்க்கைச் சூழல் அமையவில்லை.

தொடக்கத்திலிருந்தே படிப்பில் ஆர்வமும் ஈடுபாடும் கொண்டிருந்த இவர் எவ்வளவோ சிரமங்களுக்கும் சிக்கல்களுக்கும் இடையில் சுயமாகவே படித்து வந்தார். படிப்பில் ஆரம்பத்திலிருந்தே பள்ளி யில், அனைவரின் கவனத்தை ஈர்க்கக் கூடிய அளவில் நல்ல மதிப்பெண்களை எடுத்து வந்தார். தொடர்ந்து அப்பள்ளி ஆசிரியர்களின் பெரும் பாராட்டுகளை பெற்று வந்தார்.

பள்ளிக் கல்வியை முடித்ததும் நல்ல மதிப்பெண்கள் பெற்றிருந்த காரணத்தினால் பரிந்துரையோ பணமோ இன்றி கோவையில் அரசுப் பொறியியற் கல்லூரியில் சேர்ந்தார். அங்கும் மிகச் சிறந்த முறையில் படித்து முதல் வரிசை மாணவர் களில் ஒருவராகவே திகழ்ந்து வந்தார்.

மேற்கல்விக்கு அமெரிக்கா செல்ல வேண்டுமென்று ஆசைப் பட்டார். அவ்வாறு வெளிநாடு செல்வதற்கு அவரிடம் பணவசதி கொஞ்சமும் இல்லை.

கோவையைச் சார்ந்த முக்கியத் தொழில் அதிபர் ஒருவருக்குத் தனது மதிப்பெண் பட்டியலை இணைத்து மேற்படிப்பு அமெரிக்காவில் படிக்க வேண்டிய அவசியம் குறித்து ஒரு நீண்ட கடிதமும் எழுதினார். தொழில் அதிபரும் மதிப்பெண்களையும் இதர சான்றிதழ்களையும் பார்த்து மகிழ்ந்து ஒரு தொகையை காசோலையாக அனுப்பி வைத்தார். அமெரிக்கா செல்லும் பிரயாணச் செலவின் ஒரு பகுதிக்கு அத்தொகை பயன்பட்டது.

அமெரிக்கா சென்ற அவர் மேற்பட்டப் படிப்பில் சேர்ந்த தோடு செலவினங்களைச் சரிக்கட்ட மாலையில் பகுதி நேரப் பணியொன்றிலும் சேர்ந்து படிப்பும் உழைப்புமாக நேரத்தை வீணாக்காமல் கண்ணுங் கருத்துமாகச் செலவிட்டார். அங்கு மென் பொறியாளராகவும் பணியில் சேர்ந்த அவர் அங்கு சுயமாக ஒரு சாஃப்ட்வேர் நிறுவனத்தையே தொடங்கினார். இன்னும் ஒருபடி மேலே போய் அங்கு செயல்பட்டு வந்த ஒரு பெரும் சாஃப்ட்வேர் நிறுவனத்தோடு தன்னுடைய நிறுவனத்தையும் இணைத்து அந்த நிறுவனத்தின் உயர் பொறுப்பிற்கு வந்தார்.

தொழிலில் நல்ல முன்னேற்றம் கண்டார். டாலர்கள் புரளத் தொடங்கியது. தன்னைப் போலவே தக்க வழிகாட்டுதலுக்குக் கூட வழியின்றிக் கிடக்கும் ஏழை எளிய மாணவர்களைப் பற்றி எண்ணிப் பார்த்தார்.

தன்னைப் பெற்று வளர்த்த தாய்த்திரு நாடாம் இந்தியாவில் நல்ல மதிப்பெண்கள் பெற்று மேற்படிப்புக்குச் செல்ல பொருளா தாரம் இடம் கொடுக்காத ஆயிரம் மாணவர்களைத் தேர்வு செய்து அவர்கள் அத்தனை பேரின் கல்விக்கான முழுச்செலவையும் தானே ஏற்றுக்கொண்டு படிக்க வைக்க முடிவெடுத்தார். அதற் காகவே ஓர் அறக்கட்டளையை அமைத்து அத்திட்டத்தை சிறப்பாகச் செயல்படுத்தினார்.

தன்னை வளர்த்தெடுத்து ஆளாக்கியது இச்சமூகம்தானே! அச்சமூக மேம்பாட்டிற்கான பங்களிப்பைச் செலுத்துவது தனது கடமை என்று உணர்ந்து செயல்பட்டார். ஒட்டு மொத்த சமூகத்திற்கே நன்றிக்கடன் செலுத்துவது அவசியம் என்கிற போது நம்மை பத்து மாதம் சுமந்து பிரசவத்தின்போது உயிரைப் பணயம் வைத்து நமக்கு உயிர் கொடுத்து நம்மைக் கண்ணின் கருமணி போல் காத்து வளர்த்த தாய் தந்தையரை எந்த அளவுக்கு ஏற்றிப் போற்றி பாதுகாக்க வேண்டும் என்பதை நாம் எல்லோருமே சேர்ந்து சிந்திக்க வேண்டும்.

பிறந்த நாட்டின் பெருமையையும் பெற்றோர் பெருமையையும் உணர்ந்து நடக்க வேண்டியது ஒவ்வொருவரின் தலையாய கடமையாகும்.

41

விழிப்புணர்வூட்டிய தமிழர்

சில சமயங்களில் மிகச் சிறிய சம்பவங்கள் கூட சீரிய விளைவை ஏற்படுத்தும் சக்தி மிக்கதாக அமைந்து விடுகிறது. மோகன்தாஸ் கரம்சந்த் காந்தி என்ற ஒரு சாதாரண வழக்கறிஞரை 'மகாத்மா' என்ற நிலைக்கு உயர்த்தியதும் ஒரு சர்வ சாதாரணமாக எல்லோர் வாழ்க்கையிலும் நடக்கும் சிறு சம்பவமேயாகும்.

அடிப்படையில் நல்ல மனதுள்ள எவருக்கும் தங்களது வாழ்க்கையில் நடைபெறும் சம்பவங்கள் பாடங்களாகவும் படிப்பினைகளாகவும் அமைகின்றன என்பதற்கு காந்தியடிகளின் வாழ்க்கையில் நடந்த சம்பவமே சான்றாக அமைகிறது.

காந்தியடிகள், வழக்கறிஞர் தொழில் செய்யும் பொருட்டு பார்-அப்லா படித்து முடித்தவுடன் தென்னாப்பிரிக்காவுக்கு அப்போதுதான் சென்றிருந்தார். தொழில் தொடங்கி சில மாதங்கள் கூட ஆகவில்லை.

பாலசுந்தரம் என்ற தமிழர் காந்தியடிகளின் அலுவலகத்திற்கு வந்தார். அவர் முகத்தில் காயம் பட்ட நிலையிலும் பற்கள் உடைந்த நிலையிலும் காணப்பட்டார். பாலசுந்தரம் தன்னிடம் வந்த காரணத்தை காந்தியடிகள் அவரிடமே கேட்டுத் தெரிந்துகொண்டார்.

காந்தியடிகளின் வக்கீல் குமாஸ்தா ஒரு தமிழர் என்பதால் அவரின் உதவியுடன் பால சுந்தரத்தின் வருகைக்கான காரணத்தை மிகவும் தெளிவாகவே உணர்ந்துகொண்டார்.

வெள்ளை எஜமானன் அடிமை இந்தியனான பாலசுந்தரத்தை மிகவும் கேவலமான முறையில் அடித்து தனது மேலாதிக்கத்தை நிலை நாட்டியிருக்கிறான். அத்தோடு மட்டுமல்லாது ஒப்பந்த கூலியான பாலசுந்தரம் அடியையும் வாங்கிக்கொண்டு அடிமை யாக தன்னிடம்தான் வேலை செய்ய வேண்டுமென்றும் வேறு வெள்ளை எஜமானனிடம் கூட போய் வேலையில் சேரக்கூடாது என்றும் தடுத்தும் மிரட்டியும் இருக்கிறான்.

உச்சகட்ட அவமானத்திற்கு ஆட்பட்ட பாலசுந்தரம் நியாயம் கேட்டு நீதிமன்றத்தில் வழக்குத் தொடுக்கும் பொருட்டுத்தான் வழக்குரைஞர் என்ற முறையில் காந்தியடிகளை அணுகியுள்ளார். பணம் அதிகமாக செலவிடமுடியாது என்பதால் ஒரு சாதாரண வழக்குரைஞரை சந்திக்கும் நோக்கத்தோடும் இந்தியனாக உள்ள வழக்குரைஞர் என்பதாலுமே பாலசுந்தரம் காந்தியடிகளைத் தேர்வு செய்ததாகக் குறிப்பிடுகிறார்.

காந்தியடிகளும் இதற்கு முன்பு வெள்ளை எஜமானனால் தாக்கப்பட்ட ஒருவரின் வழக்கைச் சந்தித்ததில்லை.

பாலசுந்தரம் காந்தியடிகளின் முன்பு வந்து நின்றபோது தனது தலையில் அணிந்திருந்த தலைப்பாகையை கையில் ஏந்தியபடி நின்று தான் தாக்கப்பட்ட விதம் குறித்து விளக்கினார். இவற்றை யெல்லாம் உற்று கவனித்த காந்தியடிகள் "முதலில் உன் தலைப் பாகையைத் தலையில் கட்டிக் கொள்" என்று கேட்டுக்கொண்டார். "இல்லை... இல்லை இதுதான் இங்கு பெரியவர்களுக்குக் கொடுக்கும் மரியாதை" என்று பாலசுந்தரம் பதிலளித்தார். "இருக்கட்டும்... உன் தலையில் எப்போதும் போல் நீ கட்டிக் கொண்ட பிறகுதான் உன் கதையை மேற்கொண்டு கேட்பேன்" என்றார் காந்தியடிகள்.

கடைசியாக கையில் வைத்திருந்த துண்டை தலையில் தலைப் பாகையாகக் கட்டிக் கொண்டார் பாலசுந்தரம். இது குறித்து காந்தியடிகள் எழுதும் போது "மீண்டும் தலைப்பாகையை பாலசுந்தரம் தன் தலையில் அணிந்தபோது முகமெல்லாம் பிரகாசமாக இருந்தது. விடுதலை உணர்வின் வெளிப்பாடு

அவரது முகத்தில் பிரதிபலித்தது" என்று நெகிழ்ச்சியுடன் குறிப்பிடுகிறார்.

இவ்வழக்கையெடுத்து நீதிமன்றத்தில் வாதாடி வெற்றி பெற்றார் இளம் வழக்குரைஞரான காந்தியடிகள். இந்தச் சம்பவம்தான் பிற்காலத்தில் தேசத் தந்தையாகவும் உலகம் போற்றும் மாபெரும் தலைவராகவும் காந்தியடிகள் உயர்வதற்கு அடித்தளமிட்டது.

இதற்குப் பின்னர் தென்னாப்பிரிக்காவில் காந்தியடிகளுடன் இணைந்து போராடிய தமிழர்களான தில்லையாடி வள்ளியம்மை, நாகப்பன், நாராயணசாமி போன்ற பலர் உயிர்த் தியாகம் செய்தனர். இதன் காரணமாகத்தான் தமிழர்கள் மீது கடைசி மூச்சுள்ளவரை பந்த பாசத்தோடு இருந்தார் காந்தியடிகள். "தமிழர்களுக்கு நான் என்றென்றும் நன்றிக்கடன் பட்டிருக்கிறேன்" என்று நெகிழ்ச்சியோடு சொல்லும் அளவுக்கு பாலசுந்தரத்தை சந்தித்த சிறு நிகழ்ச்சி காந்தியடிகளை முன்னோக்கி இட்டுச் சென்றுவிட்டது.

நம் வாழ்க்கையில் நடைபெறுகிற ஒவ்வொரு நிகழ்ச்சிக்கும் அதற்குண்டான அளவுக்கு தனித்தனி முக்கியத்துவம் உண்டு. மறந்துவிட்டு அடுத்த பணிகளைப் பார்க்கவேண்டிய சம்பவங்களும் ஏராளமாக நடைபெறுகிறது. எக்காலத்திலும் எந்தச் சூழ்நிலையிலும் மறக்க முடியாத, மறக்கவே கூடாத நிகழ்ச்சிகளும் அவ்வப்போது நம்வாழ்வில் நடைபெறத்தான் செய்கின்றன. புத்தகங்களைப் படிப்பது ஒரு பக்கம், மனிதர்களைப் படிப்பது ஒரு பக்கம், என்று இந்த இரண்டு படிப்புகளையும் படிப்பினைகளையும் சரி விகிதமாக கலந்து வாழும் வாழ்க்கை தான் முழுமை பெற்றதாகத் திகழும். அனுபவங்கள் வாழ்க்கையை செழுமைப்படுத்துகிறது. வாழ்க்கைதான் அனுபவங்களைக் கற்றுக் கொடுக்கிறது.

இதைத்தான் பெரியவர்கள் படிப்பறிவு - பட்டறிவு என்கிறார்கள்.

42

மணியோசை

ஒரு சமூகத்தின் வளர்ச்சிக்கு அடித்தளமாக விளங்குவது 'கல்வி'. கல்வியை அழுத்தமாக வலியுறுத்திய இந்திய மகான்களில் வீரத்துறவி விவேகானந்தர் மிகவும் குறிப்பிடத் தகுந்தவர்.

"கல்வி, கல்வி, கல்வி ஒன்றே காரணம். ஐரோப்பாவில் பல நகரங்களின் வழியே யாத்திரை செய்த போது அங்கு வாழ்கின்ற சாமானியர்களுக்குக் கிடைத்துள்ள வசதிகளைக் கண்டேன். அப்போதெல்லாம் அத்தகைய வாய்ப்புகள் இல்லாத நம் நாட்டு ஏழைகளை நினைத்துப் பார்த்துக் கண்ணீர் விட்டு அழுதிருக்கிறேன். இந்த வேறுபாட்டிற்குக் காரணம் என்ன?.... 'கல்வி'என்ற விடையே எனக்குக் கிடைத்தது" என்று கூறுகிறார் விவேகானந்தர்.

நூற்றி முப்பது ஆண்டுகளுக்கு முன்பு அமெரிக்காவில் உள்நாட்டுப் போர் நடைபெற்றுக்கொண்டிருந்தது. போர் மூண்டுவிட்ட காரணத்தினால் அமெரிக்க நாட்டிலுள்ள புகழ்மிக்க யேல் பல்கலைக்கழகத்தின் முக்கிய இரண்டு பெரிய கல்லூரிகள் ஏழு வருடங்களாக இழுத்துப் பூட்டப்பட்டிருந்தன. கல்லூரியின் கட்டடங்களும் வளாகச் சுற்றுச் சுவர்களும் பாழடைந்து கவனிப்பாரின்றிக் கிடந்தன.

இருண்டு கிடந்த இந்த ஏழு வருடங்களில் ஒருநாள் கூட தவறாமல் சிதிலமடைந்துகொண்டிருந்த அக்கட்டடத்திற்குள் செல்வதை வழக்கமாகக் கொண்டிருந்தார் ஒருவர். அவர் வேறு யாருமல்ல... யேல் பல்கலைக்கழகத்தின் தலைவர் பேராசிரியர் ஈவெல். தன்னந்தனியாக அன்றாடம் உள்ளே செல்லும் அவர் அங்கே இருக்கும் மாதா கோயிலின் மணியை பலம் கொண்ட மட்டும் அடிப்பார்.

பல்கலைக்கழகத்தில் ஆசிரியர்கள் இல்லை! மாணவர்கள் இல்லை! ஊழியர்களும் எவரும் இல்லை! கல்லூரி நடப்பதற்கு அங்கு எவ்வித சுவடும் இல்லை!

கட்டடங்கள் நொறுங்கிக் கிடக்கும் நிலையிலும் மழை கொட்டும் வேளையிலும் ஈவெல் மணி அடிப்பதை மட்டும் ஒரு நாளும் நிறுத்தவில்லை.

அவர் போராளியாக இருக்கவில்லை. பேராசிரியராகத்தான் விளங்கினார். எந்தச் சூழ்நிலையிலும் எக்காரணம் கொண்டும் கல்வி நிலையங்களை மூடுதல் தகாது என்பதை டமாரச் செவிட்டுக் காதுகளைக் கொண்ட ஆட்சியாளர்களுக்கும் கலகக் காரர்களுக்கும் மௌனமாக இருந்துகொண்டே தெரிவிக்கும் பொருட்டு ஏழாண்டு காலம் இடைவிடாது நாள்தோறும் வெங்கல மணியோசையை திக்கெட்டும் கேட்கச் செய்தார் அந்தப் பேராசிரியர்.

கல்வியின் முக்கியத்துவத்தை உணர்ந்து அதனை வாழ்க்கையில் கடைப்பிடித்தவர்கள் யூதர்கள். யூதர்கள் இன்று உலகமெங்கும் சிதறிக் கிடக்கின்றனர்.

ஆனால் யூதர் பண்பாடு என்ற ஒன்று மட்டும் இன்றளவும் கட்டிக் காக்கப்படுவதைப் பார்க்கிறோம். இதற்கெல்லாம் காரணம் அவர்களிடையே நிலவும் கல்வி குறித்த விழிப்புணர்வும் செயல்பாடும்தான் என்றால் அது மிகையாகாது.

இந்திய அரசியல் அமைப்புச் சட்டம் பிரகடனப்படுத்தப் பட்ட 1950 ஆம் ஆண்டிலிருந்து பத்து ஆண்டுகளில் இந்தியாவில் வாழும் 15 வயதிற்கு உட்பட்ட அனைத்துச் சிறுவர்களுக்கும் கட்டாய, இலவசக் கல்வி கொடுக்கப்பட்டுவிட வேண்டும் என்றுதான் அச்சட்டமே சொல்கிறது.

தக்சசீலா, நாளந்தா, காஞ்சி போன்ற ஈராயிரம் ஆண்டு களுக்கு முற்பட்ட பல்கலைக்கழகங்கள் இருந்து கல்வியிற் சிறந்த

நாடாகத் திகழ்ந்த இந்தியா கடந்த சில நூற்றாண்டுகளாக கல்வியைப் புறக்கணித்ததால்தான் முன்னேறிய நாடாக விளங்காமல் முன்னேறும் நாடாக இருந்து வருகிறது என்று சில சமூகச் சிந்தனை மிக்க அறிஞர்கள் கருத்து தெரிவிக்கின்றனர்.

வீடு தோறும் கல்வி தீபத்தைக் கையில் ஏந்த சபதமேற் போம். கல்விதான் ஒரு குடும்பத்தின் வளர்ச்சிக்கு ஆணிவேர் என்பதையும் உலகறிய எடுத்துரைப்போம்! அன்பார்ந்த வீட்டையும் பண்பார்ந்த நாட்டையும் உருவாக்கிட அடிப்படை தேவை கல்விதான் என்பதை அனைவருமே உணர்ந்து அணி வகுப்போம்.

43

வேரை மறவாத விழுது

தேசபக்திக்கு எத்தனையோ எடுத்துக்காட்டுகள் இருந்தாலும் இப்படியும் ஓர் உதாரணம் இருக்கத் தான் செய்கிறது.

நண்பர் ஒருவர் எம்எஸ். படிக்க அமெரிக்கா சென்றார். படிப்பு முடிந்த பிறகு அங்கேயே வேலையில் சேர்ந் தார். சேர்ந்த வேலை பிடிக்கவில்லை என்பதால் அங்கேயே இன்னொரு பாடத்தில் இன்னொரு எம்.எஸ். படித்து வேறொரு பிடித்த வேலையில் சேர்ந்தார். கடுமையாக உழைத்தார். கைநிறையச் சம்பாதித்தார். நண்பர் அமெரிக்கா சென்று ஏறத்தாழ முப்பதாண்டுகள் ஆகப் போகிறது. அங்கேயே சொந்த வீடு வாங்கினார். அமெரிக்கக் குடிமகனாகி விட்டார்.

ஆண்டுக்கொருமுறை தாய் மண்ணாம் இந்தியா விற்குத் தவறாமல் வருவார். சில நாட்கள் இங்கே இருந்ததால் பழமையான கட்டடங்கள், புராதன கோயில்கள், படித்த கல்வி நிலையங்கள் போன்ற வற்றிற்கெல்லாம் சென்று அங்குள்ள பலரையும் சந்திப்பார். இந்தியாவின் தொன்மையான வரலாற்றின் வெளிப்பாட்டையும் அந்த வரலாற்றைப் பறை சாற்றும் சின்னங்களையும் பார்த்துப் பார்த்து

ரசிப்பார். மெய் மறந்து சில சமயங்களில் மணிக்கணக்காக அங்கேயே கிடப்பார். இந்தியாவின் பெருமைமிகு கட்டடங்கள், சிற்பங்கள், ஓவியங்கள் போன்றவற்றை பார்த்துப் பரவசமடைந்து குதூகலிப்பார்.

நன்றாகச் சம்பாதிக்கிறோம் என்பதற்காக பகட்டோ, படாடோபமோ துளியுமின்றி இயல்பாகவே எப்போதும் காணப் படுவார். ஆர்ப்பாட்டம் ஆரவாரத்தை அவரிடத்தில் மருந்துக்குக் கூட காணமுடியாது.

கையில் காசிருந்தாலும் ரயிலில் வருவதானால் சாதாரண ஸ்லீப்பர் கிளாசில்தான் வருவார். பல சமயங்களில் தன்னந் தனியாக சர்வசாதாரணமாக நகரப் பேருந்தில் செல்வார். உள்ளூரில் இருக்கும்போது பெரும்பாலும் நடந்தே அனைத்து இடங்களுக்கும் போவார். எளிமையும் சிக்கனமும் அவரது இரண்டு கண்கள்.

அத்தனை ஆண்டுகளாக அமெரிக்காவில் வாழும் அவர் அதிலும் அமெரிக்கர்களுடன் ஐக்கியமாகிவிட்ட அவர் இங்கு வந்தால் பெரும்பாலும் ஆங்கிலம் கலவாத நல்ல தமிழில் இங்கேயே இருந்திருந்தால் எப்படிப் பேசுவாரோ அப்படியே பேசுவார். பள்ளிப் பருவத்தில் படித்த பால்ய நண்பர்கள், அந்தக் காலத்தில் சொல்லிக் கொடுத்த ஆசிரியப் பெருமக்கள் ஆகியோரை ஓடிப்போய் ஒவ்வொரு முறையும் சந்தித்து அவர்களிடமும் மலரும் நினைவுகளை அசைபோட்டு மகிழ்வார்.

இன்பச் சுற்றுலா செல்வதோ, சினிமாவுக்குச் சென்று பொழுதை வீணாகக் கழிப்பதோ, ஒவ்வொரு உறவினர் வீடாகச் சென்று உறவு கொண்டாடுவதோ இவருக்குப் பழக்கமில்லை. அதை அவர் விரும்புவதும் இல்லை. விருந்து, களியாட்டம் இவரின் கற்பனையில் கூட இருந்ததில்லை. உழைப்பு, நேர்மை, ஒழுக்கம் ஆகியவை இவருடன் ஒட்டிப் பிறந்தவை.

ஏனோ இவர் திருமணம் செய்துகொள்ளவே இல்லை! நண்பர்கள் காரணம் கேட்டால் "திருமணம் செய்து கொண்டு தான் ஆகவேண்டும் என்ற நியதி இருக்கிறதா... நான் திருமணம் செய்துகொள்ளவில்லை... அவ்வளவுதான். அதற்கு மேல் அதில் விவாதிப்பதற்கு ஏதேனும் இருப்பதாக நான் நினைக்கவில்லை" என்று அடுத்த விஷயம் பற்றி பேசத் தொடங்கிவிடுவார்.

ஆனால் வாழ்க்கையில் வெறுப்போ விரக்தியோ இல்லாமல் ஒரு பிடிப்புடன்தான் விரும்பி வாழ்கிறார்.

இந்தியா வருகிற சமயத்தில் ஒருநாள் திடீரென்று கன்னியா குமரி செல்வார். அங்குள்ள அனாதைக் குழந்தைகளின் காப்பகத் திற்கு 5 லட்சம் 10 லட்சம் என்று சத்தம் இல்லாமல் நிதி கொடுப்ப தோடு அந்தக் குழந்தைகளுடன் இரண்டு மூன்று நாட்கள் உண்டு உறங்கி மகிழ்ந்து விட்டு வருவார். "எனக்குக் குழந்தைகள் இல்லை யென்று யார் சொன்னது... என்னுடைய குழந்தைகள் பத்து பேர் கன்னியாகுமரியில் இருக்கின்றனர்" என்று வேடிக்கையாகச் சொன்னாலும் உளமார நினைத்து வாஞ்சையுடன் சொல்வார்.

பள்ளிக்கூட கட்டடம் இல்லையா... நான் 5 லட்சம் தருகிறேன்... நூலகம் வேண்டுமா 2 லட்சம் தருகிறேன் என்று நம் நாடு பிற வளர்ந்த நாடுகளுக்கு இணையாக இருக்க வேண்டும் என்ற சிந்தனையில் சேவைத் திட்டங்களுக்கு கொடுத்துக் கொடுத்து மகிழ்வார்.

சிக்கனத்தை தன் அளவில் மட்டும் கடைப்பிடிப்பார். அடுத்தவர்களுக்கு உதவுவதில் கர்ணனையே தோற்கடிப்பார். தனக்கென வாழா பிறர்க்கென வாழ்ந்த பல பெரிய தலைவர்கள் குறித்து நிறைய படித்திருக்கிறோம். கேள்விப் பட்டிருக்கிறோம். ஆனால் இந்தக் காலத்திலும் இப்படியும் சிலர் இருக்கின்றனர் என்பதற்கு நண்பர் ஒரு சிறந்த எடுத்துக்காட்டு.

எந்த நாட்டுக்குச் சென்றாலும் வேரை மறவாத இந்த வித்தி யாசமான நண்பர்... ஒரு நவீன தேசபக்தர் என்று அழைக்கத் தக்கவரல்லவா?

'வலது கை கொடுப்பது இடது கைக்குத் தெரியக் கூடாது' என்ற கருத்துள்ள நண்பரின் பெயர் வெளியிடுவதை அவரே விரும்பமாட்டார். இதில் வரும் 'நண்பர்' பள்ளிப்பருவம் தொட்டே நூலாசிரியருடன் படித்தவர்.

44

பத்தாயிரம் ஆண்டுப் பாரம்பரியம்

காலம் பொன்போன்றது. கடமை கண் போன்றது. நேரந்தவறாமை நாம் அரிதின் முயன்றேனும் பின் பற்ற வேண்டிய அற்புதமான பண்புநலன் என்று சொன்னால் அதில் மிகையில்லை.

"ஆயிரந்தான் இருந்தாலும் ஆங்கிலேயன் அகில உலகத்திற்கே கற்றுக்கொடுத்த ஒரு பாடம் நேரம் தவறாமை" என்று அடிக்கடி நம்மவர்களே கூறு கின்றனர். அமெரிக்காவில் நிகழ்ச்சிகள் குறித்த நேரத்தில் நடக்கின்றன. "இங்கிலாந்தில் அவர்களது பிறவிக் குணமே நேரத்தை மதிப்பதுதான்" என்றும் நாம் அடிக்கடி பலரும் பேசக் கேட்டிருக்கிறோம்.

ஆறு மணிக்கு நிகழ்ச்சி என்று அழைப்பிதழில் அச்சிட்டு விட்டு ஆறரைமணி, ஏழுமணிக்குக் கூட தொடங்கும் சுவடே தெரியாத பல நிகழ்ச்சி ஏற்பாடுகளைப் பார்க்கின்றோம். அப்படியானால் அழைப்பிதழை மதித்து, கூட்ட ஏற்பாட்டாளர் களின் எதிர்பார்ப்பை மதித்து ஆறுமணிக்கே வந்து அரங்கத்திற்குள் உட்கார்ந்திருக்கும் ஒரு சிலரின் கதி என்ன? நேரத்தை மதித்த குற்றத்திற்காக அவர்கள் பிறரால் அவமதிக்கப்படுகின்றனர் என்று கூட

எடுத்துக்கொள்ளலாம் அல்லவா? நேரம் அனைவருக்குமே முக்கியம்தானே!

திரைப்பட அரங்குகளில் எழுத்துப் போடுவதற்கு முன்பு போய்விட வேண்டும் என்று எல்லோரும்தானே நினைக்கிறோம்.

இதே போன்றுதான் சிங்கப்பூர் சென்று திரும்புகிறவர்கள் ஆற்றுகிற சிறப்புரையில் அங்குள்ளவர்கள் குப்பைக் கூளங்களை சாலையில் போடுவதில்லை. நகரமே சுத்தமாக 'பளிச்'சென்று இருக்கிறது. நாமே கையில் வீணான கிழிந்த காகிதத்தை வைத்திருந்தால் அங்கு குப்பைக் கூடை இல்லையென்றால் நம் பாக்கெட்டிலாவது போட்டுக்கொள்வோமே தவிர வெளியே தூக்கி எறியமாட்டோம். அவ்வளவு சுயக்கட்டுப்பாடு அங்கே நிலவுகிறது என்றெல்லாம் பலரும் கூறுவதை பலமுறை காதாரக் கேட்டிருக்கிறோம்.

"அமெரிக்காவில் எதற்கெடுத்தாலும் வரிசையில்தான் மக்கள் நிற்கின்றனர். ஒருவரையொருவர் முந்தியடித்துக்கொண்டு அநாகரிகமாக அங்கு யாரும் நடந்துகொள்வதில்லை. அமெரிக்க தேசத்திலுள்ள மக்கள் சாலை விதிகளை மதிக்கின்றனர். முறையாகப் பின்பற்றுகின்றனர்" என்று அங்குள்ள மக்களின் பண்பைப் பாராட்டாதவர்கள் இல்லை.

இப்படி அந்த நாட்டில் அது அப்படி இருக்கிறது. இந்த நாட்டில் இது இப்படி இருக்கிறது என்று ஓயாமல் சொல்லிக் கொண்டும் கேட்டுக்கொண்டும் இருக்கிற நாம் நம்மை இந்தச் சின்னச் சின்ன விஷயங்களில் கூட முறைப்படுத்திக்கொள்ள முடியாதா? முடியும்... முயன்றால் முடியும். உளப்பூர்வமாக உணர்வு பூர்வமாக முயன்றால் உறுதியாக முடியும்.

இத்தகைய பண்பும் பழக்கமும் சமூகத்தின் மேம்பாட்டிற்கு மட்டுமல்ல தனி மனிதனின் உயர்வுக்கும் இது பெரிதும் பயன்படும்.

ஐநூறாண்டு வரலாறு கூட இல்லாத அமெரிக்காவால் அது முடியும் என்றால், பத்தாயிரம் ஆண்டுகள் பாரம்பரியம் மிக்க பாரத தேசத்து மக்களாகிய நம்மால் ஏன் முடியாது? முடிய வில்லை - ஏனென்றால் முயலவில்லை. இதுவரை முடியவில்லை. இனி முயல்வோம்! வெல்வோம்!

"இந்தியா உலகிற்கு அளிக்கும்" என்று கம்பீரமாக பிரகடனப் படுத்தினான் பாரதி. நாகரிகத்தின் கட்டிலாகவும், தத்துவத்தின் தொட்டிலாகவும் விளங்குகிற இந்திய நாட்டில் சமூக ஒழுங்க மைப்புக்கு அனைவரும் ஒன்று சேர்ந்து குரல் கொடுப்பதோடு அவற்றை செயல்படுத்தவும் ஒன்று கூடிச் சபதமேற்க வேண்டும்.

கூரை ஏறிக் கோழி பிடிக்க முடியாவிட்டால் நிச்சயம் வானம் ஏறி வைகுந்தம் போக முடியாது.

45

நிற்க அதற்குத் தக

சமீபத்தில் நடைபெற்ற 9-ஆம் ஆண்டு ஈரோடு புத்தகத் திருவிழாவில் முதுபெரும் படைப்பாளர் R.S.ஜேக்கப் அவர்களுக்கு ஒரு பாராட்டு நிகழ்ச்சி நடைபெற்றது. 88 வயதைக் கடந்துவிட்ட பின்னரும், இன்றளவும் எழுதிக்கொண்டிருக்கிற உயிர்த்துடிப் புள்ள எழுத்தாளராக அவர் விளங்குவது அனைவருக் கும் வியப்பைத் தந்தது.

தற்போது வெளியாகியுள்ள, 'தமிழில் வெளிவந்த முதல் சிறுகதை' என்ற அவரது ஆய்வுப் புத்தகம், கணக்குப்படி அவரது 121-வது படைப்பாகும். 1945-இல் எழுதத்தொடங்கிய இவர் விடுதலைப் போராட்ட காலகட்டத்தில், அத்தகைய ஒரு போர்க்களச் சூழலில் எழுத்தாளராக முகிழ்த்தவர்.

ஓர் ஆசிரியர் சமூக அடக்குமுறைகளுக்கும் அநீதி களுக்கும் எதிராக கிளர்ந்தெழுந்த வரலாற்றை அடிப்படையாகக் கொண்டதுதான் இவரது பிரசித்திப் பெற்ற 'வாத்தியார்' என்ற நாவல். இவரும் படைப் பாளி என்பதோடு பன்னெடுங்காலம் ஆசிரியராகப் பணியாற்றியவர்தான். அந்த அனுபவமும் அக்கால கட்டத்தில் நடந்த சமூக நிகழ்வுகளும்தான் அந்த நாவலில் ஊடும் பாவுமாக காணப்படுகிறது.

'மரணவாயில்' என்ற இவரது இன்னொரு நாவலும், பெரி தாக பேசப்பட்ட படைப்பாகும். இத்தனை படைப்புகளை எழுதி குவித்த இன்னும் எழுதிக்கொண்டிருக்கிற எழுத்தாளரைப் பார்த்து ஆச்சர்யப்பட்டு அறையில் ஓய்வாக இருந்தபோதும் ஏன் உணவருந்தும் போதும் கூட பல சந்தேகங்களையும் கேள்விகளை யும் கேட்டு எங்களை நாங்களே தெளிவுபடுத்திக் கொண்டோம்.

'நெல்லைச் சதி வழக்கு' என்று அறிவிக்கப்பட்ட முக்கிய வழக்கில் இவர் காவல் துறையினரால் கைது செய்யப்பட்டார். காவல் துறையில் கைது செய்யப்பட்ட அனைவரும் பட்ட சித்ர வதைகளை வார்த்தையால் வர்ணிக்க இயலாது.

இவரைக் கைது செய்தவுடன், இவரின் சக அரசியல் செயல் பாட்டாளர்களைத் தீவிரமாகத் தேடிக்கொண்டிருந்த காவல் துறையினருக்கு ஒரு பெரிய வேட்டையில் வெற்றி பெற்று விட்டதைப்போல ஒரே குதூகலம். "அந்தத் தலைவர் எங்கே? இந்தத் தலைவர் எங்கே தலைமறைவாக உள்ளார்? இவரை எங்கே பாதுகாத்து வைத்துள்ளீர்கள்?" என்று கேள்விமேல் கேள்வி கேட்டு இவரைத் துளைத்தெடுக்கத் துவங்கினர் காவல்துறையினர்.

'தெரியாது', 'அவரை நான் பார்க்கவில்லை', 'அவரைச் சந்தித்து ஆண்டுகள் பல ஆயிற்று', என்று நேரடியானத் தாக்குதலுக்குப் பிறகும் ஜேக்கப் பதில் சொல்லிக்கொண்டே யிருந்தார்.

ஒரு கட்டத்தில் "இந்த மனிதர் ஒரு கல்லுளி மங்கனாக இருக்கிறார். எத்தகைய சாதகமான பதிலையும் இவரிடமிருந்து ஒரு துளி கூடப் பெற முடியவில்லை" என்று எண்ணிய காவல் துறையினருக்கு கடுங்கோபம் ஏற்பட்டது. இவரது இரண்டு கால்களையும் நீட்டச் சொல்லி அந்தக் காலின் மேற்பகுதி யிலுள்ள எலும்பின் மீது, இரும்புக்கு நிகரான கெட்டித்தன்மை யுடனிருந்த உருண்டை வடிவிலான குண்டாந்தடியை இரண்டு காவல்துறையினர் சேர்ந்து தங்கள் பலம் கொண்ட மட்டும், அழுத்தி முட்டியிலிருந்து பாதம் வரை பலமுறை உருட்டி யுள்ளனர்.

'ஐயோ! அம்மா!' என்று அலறுவதற்குப் பதில், 'தெரியாது, தெரியாது' என்று அதே பதிலை கிளிப் பிள்ளை போல திரும்பத் திரும்பச் சொன்னார் ஜேக்கப். கோபத்தின் உச்சிக்குச் சென்ற காவல் துறையினர் மூர்க்கத்தனத்தின் உச்சத்திற்குச் சென்றனர்.

நான்கு சுவருக்கு நடுவில் ஜேக்கப்பை நிற்க வைத்து கூர்மையான சவுக்கால் மாறி மாறி விளாசித் தள்ளினர். ஒரு கட்டத்தில் அவரது இரத்தம் சவுக்கிலும் பட்டது. அருகில் இருந்த சுவரிலும் தெறித்தது.

அடிப்பதை இடையில் நிறுத்திய போலீசார், "பார்! இதோ சுவரில் தெரிகிறதே. இது யார் இரத்தம் தெரியுமா? உன் இரத்தம்தான். இந்த உடலிலிருந்த இரத்தம்தான்" என்று ஆவேசமாக கத்தினர். அப்போதும்."எந்தத் தலைவரின் இருப்பிடமும் எனக்கு எள்ளளவும் தெரியாது"என்ற பதிலைத்தான் திரும்பத் திரும்பச் சொல்லி வந்தார் ஜேக்கப்.

இந்த வரலாற்றை ஏற்கெனவே படித்து பரவசப்பட்டிருந் தாலும் அவர் வாயாலேயே கேட்டு உறுதிப்படுத்திக்கொண்டது மட்டுமல்ல உருகிப் போனோம் என்றுதான் சொல்ல வேண்டும்.

இத்தனை நெருக்கடிகளையும் தாக்குதல்களையும், சித்ர வதைகளையும் தாங்கும் மனவலிமையை எவ்வாறு பெற்றீர்கள் என்று கேட்டோம். "ஏற்கெனவே லட்சியப் பிடிப்பு காரணமாக மன உறுதியை இயல்பாகவே பெற்றிருந்தாலும், கைதாவதற்கு முன்பு, ஜெர்மன் தேசத்து ஹிட்லர் நாஜிப்படைகளால் வேட்டை யாடப்பட்டு தூக்கிலிடப்பட்ட "ஜூலியஸ் பூசிக்" என்ற மாபெரும் புரட்சியாளன் எழுதிய "தூக்குமேடைக் குறிப்புகள்" என்ற புத்தகத்தை பைபிளை படிப்பதைப் போல், திரும்பத் திரும்ப வாசித்தேன்.

"நீ எதிரிகளின் சித்ரவதையில் சாக நேரிட்டாலும் உன் சகப் போராளிகளைக் காட்டிக் கொடுக்கக்கூடாது" என்ற கருத்து அந்நூலில் பல கோணங்களில் வலியுறுத்தப்பட்டிருந்தது. அது என் நெஞ்சில் கல்வெட்டாய்ப் பதிந்திருந்த காரணத்தால் நான் எதற்கும் அசராமல் எஃகு போன்று உறுதியாக இருந்தேன்" என்று எங்களிடம் பதில் சொன்னார் இந்த மூத்த படைப்பாளி.

ஆம்! நல்ல நூல்கள் உயிர் போன்றவை. ஆகவேதான் வாசித்தல் சுவாசித்தலுக்குச் சமம் என்று அறிஞர்கள் கூறியுள்ளனர்.

46
செய்வன திருந்தச் செய்!

உள்ளார்த்தமாகவும் அக்கறையோடும் செய்யப்படும் எந்தச் செயலுக்கும் நிச்சயம் வெற்றி கிட்டும்.

எனது பள்ளிப்பருவ காலத்தில் எங்களுக்கு ஓர் உடற்கல்வி ஆசிரியர் இருந்தார். அவர் "செய்யும் தொழிலே தெய்வம்" என்ற பழமொழிக்கு இலக்கணமாகத் திகழ்ந்தவர். விளையாட்டு மைதானமும் உடற்கல்விக் கூடமுமே கதியென்று கிடப்பவர்.

எங்களை அதிகாலை ஐந்து மணிக்கே பயிற்சி யெடுக்க மைதானத்திற்கு வரச்சொல்லிவிடுவார். நாங்கள் ஐந்து மணிக்குச் சென்றால் அவர் நாலரை மணிக்கே வந்து மைதானத்தில் நிற்பார்.

பள்ளி விளையாட்டு விழாவை ஒலிம்பிக்கின் சாயலில் நடத்த வேண்டுமென்று மிகுந்த விருப்பத்தோடு வித விதமான புதிய முயற்சிகளை மேற்கொள்வார். விளை யாட்டு விதிப்படியும் நெறிப்படியும் தனது மாணவர்கள் முறையாக வளரவேண்டுமென்று பெரிதும் விரும்புவார். வெற்றி பெற்றால் மட்டும் போதாது பார்ப்பதற்கு கவர்ந்திழுக்கிற மாதிரி நேர்த்தியாகவும் விளையாடத் தனிப்பயிற்சி கொடுப்பார். அதிக வெற்றிகளைக் குவித்து அதிகப்

புள்ளிகளையெடுத்து ஆண்டு தோறும் வெற்றிக் கேடயத்தை எங்கள் பள்ளி தட்டிச் செல்வதற்கு அந்த உடற்கல்வி ஆசிரியரே மூலகாரணம்.

ஒருமுறை மாவட்ட விளையாட்டுப் போட்டி நடை பெற்றது. எங்கள் பள்ளி சீனியர் மாணவன் ஒருவன் நூறு மீட்டர் ஓட்டப் பந்தயத்தில் முதல் இடம்பெற்றான். மீதி மூன்று போட்டிகளிலும் அவன் முதல் பரிசு பெற்றதால் 'சேம்பியன்' பட்டமும் அவனுக்குத்தான் என்று அறிவித்துவிட்டனர். அந்த மாணவன் எங்கள் ஆசிரியரின் தலைமைச் சீடன்.

வெற்றி அறிவிக்கப்பட்டவுடன் அதை மிகவும் மகிழ்ச்சி யாகக் கொண்டாடும் பொருட்டு அம்மாணவன் விரும்பிச் சாப்பிடும் உணவான சிக்கன் பிரியாணி, மட்டன் பிரியாணி என்று ஏராளமாக சக மாணவர்கள் அவனுக்கு வாங்கிக் கொடுத்த தோடு ஐஸ்கிரீம், பழங்கள் என்று அத்தனையையும் அனைவரும் சாப்பிட்டு விட்டு மைதானத்தில் அருகேயுள்ள மரத்தின் அடியில் அசைய முடியாமல் படுத்துக் கிடந்தனர்.

நடுவர்களாகப் பணியாற்றிய நான்கைந்து ஆசிரியர்கள் நாங்கள் நின்று கொண்டிருந்த இடத்திற்கு வந்தனர். நூறு மீட்டர் ஓட்டப் பந்தயத்தில் முதல் இடத்தைப் பெற்ற மாணவன்தான் ஓட வேண்டிய கோட்டைத் தாண்டி வேறு கோட்டில் கால் வைத்து ஓடியதால் தகுதி நீக்கம் செய்வதாக அறிவித்தனர். அவன் முதல் இடத்தைப் பிடித்தது செல்லாது என்றும் இரண்டாம் இடத்தைப் பெற்றவருக்கு முதல் பரிசை வழங்கவுள்ளதாகத் தெரிவித்தனர். எங்களது ஆசிரியருக்கு வந்த கோபத்திற்கு அளவே இல்லை. தனது மாணவன் எந்த நிலையிலும் தவறு செய்யவில்லை என்று எங்களது ஆசிரியர் ஆணித்தரமாக வாதிட்டார்.

நீண்ட சர்ச்சைக்குப் பின்னர் ஓடிய மாணவர்கள் அனை வரையும் மீண்டும் ஓட வைப்பது என்று ஒருவாறு முடிவாயிற்று. படுத்துக் கிடந்த மாணவனை நோக்கி மரத்தடிக்கு வந்த எங்கள் ஆசிரியர் அம்மாணவனை எழுந்திருக்க உத்தரவிட்டார். அவன் எனக்குக் 'சேம்ப்பியன்ஷிப்' இல்லாவிட்டாலும் பரவாயில்லை நான் வயிறு முட்டச் சாப்பிட்டு விட்டதால் எழுந்திருக்கக்கூட இயலவில்லை என்று ஆசிரியரிடம் கெஞ்சினான்.

ஆசிரியர் அதட்டினார். கடைசியில் எழுந்து நின்றான். முருக பக்தரான ஆசிரியர் தான் போட்டிருந்த முருகன் படம் பொறித்த

தங்க மோதிரத்தை அம்மாணவன் கையில் கொடுத்து முருகன் உன் கையில் இருக்கிறார் நீ பயப்படாமல் ஓடு என்றார். அவரே தரையில் அமர்ந்து அம்மாணவனுக்கு ஓட்டப்பந்தய ஷூவை அணிவித்தார்.

இரண்டாவது முறையாக ஓடிய அம்மாணவன் முதல் முறை ஓடி வெற்றி பெற்றதைக் காட்டிலும் அதிக இடைவெளி வித்தியாசத்தில் மாபெரும் வெற்றியைப் பெற்றான். "நான் ஓட்டப்பந்தயம் நிறைவு பெறும் இடத்தில் நின்று கொள்வேன், என்னைப் பார்த்துக்கொண்டே ஓடி வா" என்று எங்களது ஆசிரியர் சொன்னதுதான் அதற்குக் காரணம்.

ஈடுபாட்டோடும் உண்மையாகவும் செய்யப்படுகிற எந்தச் செயலும் இறுதியில் வெற்றி பெறுவது உறுதி என்பதை இதுபோன்ற ஏராளமான உதாரணங்கள் நமக்கு எடுத்துக் காட்டுகின்றன.

இதில் வரும் உடற்கல்வியாசிரியரின் பெயர் திரு. எம். தண்டபாணி. வெற்றிபெற்ற மாணவனின் பெயர் பாலசுப்பிரமணியம்.

47

உள்ளிருந்து எரிக்கும் தீ!

பொறாமை எப்போது ஒரு மனிதனின் உள்ளத்தில் குடி புகுந்து விடுகிறதோ அப்போதே அம்மனிதனின் ஆளுமையை கறையான் அரிப்பது போல் அரிக்கத் தொடங்கிவிடுகிறது. எவ்வளவு வீரியம் மிக்க மனிதனும், பிறர் வளர்ச்சியைப் பார்த்துப் பொறுக்க முடியாதவனாக உருவெடுத்து விட்டால் பின்னர் அவனது வளர்ச்சியை அழித்தொழிப்பதற்கு அடுத்தவன் வரவேண்டிய அவசியமே இல்லை.

பொறாமை தற்கொலைக்குச் சமமானது என்பதில் எள்ளளவும் சந்தேகமே இல்லை.

பொறாமை என்ற கொடுங்குணத்தைப் பற்றிய விவேகானந்தரின் கூற்று ஆழமாக நெஞ்சில் பதிய வைக்கத் தக்கதாகும்.

"காலங்காலமாக நாம் பயங்கரமான பொறாமை யால் நீர்த்துப் போயிருக்கிறோம்" என்று சொல்லுகிற விவேகானந்தர் மேலும் கூறுகையில்...

"இந்தியாவில் மூன்று பேர் ஓர் ஐந்து நிமிடங் களுக்கு ஒன்று சேர்ந்து ஒற்றுமையுடன் செயல்பட முடியவில்லை. ஒவ்வொருவரும் பட்டம் பதவி களுக்காகப் போட்டியிடுகின்றனர். இதனால்

நாளடைவில் அந்த இயக்கமே அழிந்து போகும் நிலைக்கு ஆளாகிவிடுகிறது. கடவுளே! பொறாமைப்படாமலிருக்க நாங்கள் எப்போதுதான் கற்றுக் கொள்ளப் போகிறோமோ" என்று அங்கலாய்க்கிறார்.

அத்தோடு நின்றாரா விவேகானந்தர்...

"பகை, பொறாமை ஆகியவற்றை நீ வெளியிட்டால் அவை வட்டியும் முதலுமாக மீண்டும் உன்னிடமே திரும்பி வந்து சேர்ந்துவிடும். வேறு எந்த சக்தியாலும் அவற்றைத் தடுத்து நிறுத்த முடியாது. அதனால் வரும் விளைவையும் நீ அனுபவித்தே தீர வேண்டும்" என்று ஆணியடித்தாற் போன்று அழுத்தம் திருத்த மாக எடுத்துக் கூறுகிறார்.

பொறாமையின் பெருந்தீங்கை விளக்குவதற்கு வள்ளுவப் பெருந்தகை ஒரு முழு அதிகாரத்தையே ஒதுக்கியுள்ளார். 'அழுக்காறாமை' என்ற தலைப்பிலான பத்து குறட்பாக்களில் பொறாமையின் விளைவுகளை பல கோணங்களிலும் படம் பிடித்துக் காட்டியுள்ளார் வள்ளுவர்.

அழுக்காறு உடையார்க்கு அது சாலும் ஒன்னார்
வழுக்கியும் கேடீன் பது.

"நம்முடைய பகைவர்கள் ஒருவேளை நமக்குத் தீங்கி ழைக்கத் தவறினாலும் தவறலாம். ஆனால் நமக்குள் வளரும் பொறாமை உணர்வு நம்மை ஒழித்துக் கட்டாமல் ஒருபோதும் விடாது"என்கிறார் வள்ளுவப் பெருந்தகை.

பொறாமையால் குடும்பங்கள் சிதறியிருக்கின்றன. வளர்ந்து செழித்த தொழில்கள் வீழ்ந்து சரிந்திருக்கின்றன. உறவுகளுக் கிடையில் பிளவுகள் ஏற்பட்டிருக்கின்றன. நட்பு சிதைக்கப் பட்டு நண்பர்கள் மீளாத் துயருக்கு ஆட்பட்டிருக்கின்றனர்.

பிறரின் நியாயமான வளர்ச்சி கண்டு உண்மையான மகிழ்ச்சி யடையும் உள்ளம் படைத்தவர்கள் உயர்வடைவர். அவர்களுக்கு நட்பு வட்டாரம் நாளொரு மேனியும் பொழுதொரு வண்ணமுமாக வளரும்.

வளமான உள்ளத்தை வளர்த்துக்கொண்டவர்கள் மட்டுமே வளரும் வாய்ப்பைப் பெற்றவர்கள். அதுவல்லாது போட்டி, பொறாமை போன்ற தீயகுணங்களுக்குச் சொந்தக்காரர்களின் நெஞ்சம் கொஞ்சம் கொஞ்சமாகக் காய்ந்து தீய்ந்து பின்னர்

சருகாக உதிர்ந்து கருகிப்போகும் என்றுதான் அறிஞர் பெரு மக்கள் அனைவரும் தங்கள் அனுபவங்களிலிருந்து எடுத்துச் சொல்கின்றனர்.

நம் உள்ளத்திற்குள் நமக்கும் தெரியாமல் கூட நுழைந்து, உட்புகுந்து நம்மை உருக்குலைக்க முயற்சிக்கும் 'பொறாமை' என்ற தீங்குணத்தை தொடக்கத்திலேயே இனம் கண்டு வேரோடு பிடுங்கி வெளியில் எறிந்துவிட்டு மகிழ்வுடனும் வளமுடனும் வாழ நாம் உறுதியேற்போம்.

48

கிராமமே பரிசு

1906-ஆம் ஆண்டு ஜனவரி முதல் தேதியில் அன்றைய ஆங்கிலேய அரசு நாட்டில் சில துறைகளில் மிகச் சிறப்பாகப் பணிபுரிந்தவர்களுக்கான உயர்மட்ட விருதுகளையும் பட்டங்களையும் அறிவித்தது. 'மகா மகோபாத்தியாய' என்ற பட்டம் 'தமிழ்த் தாத்தா' என்று பிற்காலத்தில் அழைக்கப்பட்ட உ.வே.சாமிநாதய்யருக்கு அறிவிக்கப்பட்டது. அதுவரை வட மாநிலங்களில் வாழும் பெரும்புலவர்களுக்கே இப்பட்டம் வழங்கப்பட்டு வந்தது. முதல் முறையாக ஒரு தமிழருக்கு வழங்கப்பட்ட செய்தி இங்குள்ள விபரமறிந்த அனைவருக்கும் ஓர் இன்ப அதிர்ச்சியைக் கொடுத்தது.

இரண்டாயிரம் ஆண்டுகளுக்கும் முற்பட்ட சங்க இலக்கிய நூல்களில் பலவற்றையும் இன்னபிற அரிதினும் அரிதான காணாமல் போனதாகக் கருதப்பட்டு வந்த பழந்தமிழ் நூல்களையும் தேடித் தேடி அலைந்து கண்டுபிடித்துக் கொடுத்த பெருந்தகை தான் டாக்டர் உ.வே.சா. டாக்டர் உ.வே.சா.வின் உழைப்பும் முயற்சியும் இல்லாமல் இருந்திருந்தால் காலப்பெட்டகங்களாகக் கருதப்படும் பல தமிழ் நூல்கள் இப்போது நம் கையில் இருந்திருக்காது.

உ.வே.சா.வின் கண்டுபிடிப்புகளுக்குப் பிறகுதான் முழு வீச்சில் தமிழின் மேன்மையும் தொன்மையும் உலகறியப் பறை சாற்றப் பெற்றது என்று சொன்னால் கூட அது மிகையில்லை. இதற்கு ஈடாக இணையாக வேறு எந்தப் பணியையாவது ஒப்புநோக்க இயலுமா என்றால் 'இல்லை'என்பதுதான் பதிலாக இருக்கக் கூடும்.

உ. வே. சா. வை நன்கு புரிந்துகொண்டு அவர் தம் திறமை யையும் மேன்மையையும் முழுமையாக உணர்ந்துகொண்டும் இருந்தவர் மதுரையில் தமிழ்ச் சங்கத்தை அமைத்து அதற்குத் தலைமையுமேற்ற பாண்டிதுரை தேவர் ஆவார். பாண்டிதுரை தேவரின் தாயார் காலமானதையொட்டி ஆழ்ந்த நட்பு காரண மாக துக்கம் விசாரிக்க பாண்டிதுரை தேவரின் இல்லம் இருக்கின்ற ராமநாதபுரத்திற்குச் சென்னையிலிருந்து சென்றார் உ.வே.சா. பாண்டிதுரை தேவரின் வேண்டுகோளை ஏற்று அவரோடு உ.வே.சா. ஒரு மாத காலம் அவரது வீட்டிலேயே தங்கியிருந்தார்.

அந்தச் சமயத்தில் பாண்டிதுரை தேவர், ராமநாதபுரம் மன்னரின் அரண்மனைக்குச் சென்று மன்னரைச் சந்தித்துவிட்டு தனது இல்லத்திற்குத் திரும்பி வந்தார்.

"தங்களது தமிழ்ப் பணியை நன்கு உணர்ந்த ராமநாதபுரம் மன்னர் பாஸ்கர சேதுபதி ஒரு கிராமத்தையே அவருக்குப் பரிசாக எழுதி வைக்க எண்ணியுள்ளார். அந்த நற்செய்தியோடு மன்னரிடமிருந்து தங்களைச் சந்திக்க வந்துள்ளேன்"என்று உற்சாகமாக உ.வே.சா.விடம் கூறினார் பாண்டிதுரை தேவர். "இதுநாள் வரை தங்களுக்கு எவ்வித உதவியும் செய்யாதது குறித்து மன்னர் வருத்தப்படுகிறார்"என்றும் கூறினார் தேவர்.

"மன்னரின் எல்லையற்ற அன்பை நான் முழுமையாக உணர்ந்து கொள்கிறேன். என் கருத்தை நானே நேரில் மன்னரைச் சந்தித்துச் சொல்வது பொருத்தமாக இருக்கும்" என்று தேவரிடம் கூறினார் உ.வே.சா. அவ்வாறே மன்னரைச் சந்தித்தார் உ.வே.சா. தன்னுடைய அன்பான வேண்டுகோளை ஏற்று இசைவு தெரிவிக்கவே நேரில் உ.வே.சா. வருகை தந்துள்ளார் என்று எண்ணி மகிழ்ந்தார் மன்னர். சிறிது நேரம் வேறு சிலவற்றைப் பேசிக் கொண்டிருந்துவிட்டு கடைசியாக உ.வே.சா.வே பரிசளிப்பு குறித்து தனது கருத்தை வெளிப்படுத்தினார். 'தங்களது பரிசளிப்புத்' திட்டத்தை முழுமையாக பாண்டிதுரை தேவர் கூறினார்.

தாங்கள் தவறாகக் கருதக் கூடாது என்பதற்காகவே நேரில் வந்து எனது கருத்தை உரிய முறையில் வெளிப்படுத்த எண்ணினேன். தங்களது மாளாத அன்பையும், என்மீதும் தமிழ் மீதும் வைத்திருக்கும் மரியாதையையும் நன்கு உணர்கிறேன். எனக்கு எவ்விதக் குறையுமில்லை. கல்லூரியில் சம்பளம் கை நிறையக் கிடைக்கிறது. சமஸ்தானத்தில் நிலைமையும் எனக்குத் தெரியும். இச்சூழலில் பரிசை ஏற்க எனக்கு மனம் இடம் தரவில்லை. மன்னிக்க வேண்டும். மன்னரே!" என்றார் உ.வே.சா.

இப்பதிலைச் சற்றும் எதிர்பாராத மன்னர் உ.வே.சா.வின் அழுத்தமான முடிவிற்கு அடிபணிந்ததோடு உ.வே.சா. மீதும் தமிழ் மீதும் மேலும் கூடுதலாக மதிப்புக் கொண்டவரானார்.

49

ரத்தம் சிந்தியவருக்கு ரத்தமில்லையா?

"**விடுதலை** வேள்வியில் தமிழகம்" என்ற நூலுக்கான ஆய்வினை மேற்கொண்டிருந்த காலத்தில், ஈரோட்டைச் சேர்ந்த தியாகி எம்.ஏ.ஈஸ்வரனின் வரலாற்றை முழுமையாகப் பதிவு செய்ய வாய்ப்பு கிடைத்தது. காந்தியடிகளின் கட்டளையை ஏற்று கல்லூரிப் படிப்பை தூக்கியெறிந்துவிட்டு வந்தவர்-பத்தரையாண்டுகளில் சிறைக்கொட்டடியில் சித்ர வதைப்பட்டவர் கடைசி வரை திருமணமே செய்து கொள்ளாமல் முழு நேரப் போராளியாக விளங்கியவர் என்ற பல பெருமைகளுக்குச் சொந்தக்காரர் எம். ஏ. ஈஸ்வரன்.

இவரைப் பற்றியான முழு ஆய்வையும் முடித்த பிறகு இவரின் புகைப்படம் எங்கெங்கெல்லாமோ தேடியும் கிடைக்கவில்லை.

பல்லாண்டுகளுக்கு முன்பு மாவட்ட சுதந்திரப் போராட்ட மலர் ஒன்றினைத் தொகுத்து தியாகி சீத்தாராம்சிங் வெளியிட்டிருந்தார் என்பதையறிந்து அந்த மலரைத் தேடி வாங்கிப் புரட்டிப் பார்த்தோம். அந்த மலரில் தியாகி எம். ஏ. ஈஸ்வரனைப் பற்றிய

சிறு குறிப்பும், அழுக்கடைந்து கறுப்பு மை பரவிய உற்றுப் பார்த்தால் மட்டுமே தெரிகிற அளவுக்கு எம்.ஏ. ஈஸ்வரனின் போட்டோ ஒன்றும் அச்சிடப்பட்டிருந்தது.

எம்முடைய நூலில் ஆய்வுக் கட்டுரையுடன் சேர்த்து வெளியிட எம். ஏ. ஈஸ்வரனின் படம் கிடைக்குமா என கேட்க, பெருந்துறைக்கருகில் 'வெட்டயங்கிணறு'என்கிற ஊரில் சுதந்திர போராட்ட மலரை வெளியிட்டிருந்த தியாகி சீத்தாராம்சிங் வீட்டிற்குச் சென்றோம். மிகவும் வயதான அந்தத் தியாகி பெருந் துறையில் ஒரு தனியார் மருத்துவமனையில் சிகிச்சை பெற்றுக் கொண்டிருப்பதாக அங்குள்ளோர் தெரிவித்தனர். அங்கிருந்து பெருந்துறைக்கு விரைந்தோம். மருத்துவமனையில் தியாகி சீத்தாராம்சிங்கை சந்தித்துப் பேசினோம்.

போட்டோ வேண்டி வந்த விஷயத்தை அவரிடம் விளக்கி னோம். அவரும் அருகில் இருந்த அவரின் மகளிடம், வீட்டில் பானைக்குள் பழைய படங்கள் ஆவணங்கள் எல்லாம் போட்டு வைத்திருப்பதாகவும் அவை அத்தனையையும் ஒரு பைக்குள் போட்டு எடுத்து வரவும் சொன்னார். அதற்குள் எம். ஏ. ஈஸ்வரன் படம் இருக்கிறதா என்று தேடிப் பார்க்கலாம் என்று எங்களிடம் சொன்னார்.

புறப்படும் நேரத்தில் தியாகிக்கு உடலுக்கு என்ன கோளாறு என்று அவரின் மகளிடம் கேட்டோம். "உடலுக்கெல்லாம் ஒரு கோளாறும் இல்லை. இவருக்கு இரத்தம் கொடுக்க வேண்டுமாம்! இவர் குரூப் இரத்தம் கிடைக்கவில்லை" என்றார்.

"நாட்டிற்காக இரத்தம் சிந்திய இந்த மாபெரும் தியாகிக்கு இரத்தம் கொடுக்க இங்கு ஆளில்லையா?" என்று கேட்டுவிட்டு நாங்கள் ஈரோடு இரத்ததான சங்கத்தில் கேட்டு இந்த குரூப் இரத்தம் கொடுப்பவரை அழைத்து வருகிறோம் என்று சொல்லி விட்டுப் புறப்பட்டோம்.

"நானும் அதற்குள் உங்களுக்குத் தேவையான எம்ஏ.ஈஸ்வரனின் படத்தை எங்கள் வீட்டில் தேடி எடுத்துவருகிறேன்" என்று அவரது மகள் எங்களிடம் சொன்னார்.

இரண்டு நாட்கள் கழித்து இரத்தம் கொடுக்க உரிய இரண்டு பேருடன் அந்த மருத்துவமனைக்குச் சென்றோம். டாக்டர் மேல் மாடியில் இருந்தார். பழைய பை நிறைய படங்கள், ஆவணங் களை தியாகியின் மகள் எடுத்து வந்திருந்தார். இதுதான்

எம்.ஏ.ஈஸ்வரனா என்று ஒவ்வொரு படமாகத் தனது தந்தையிடம் காட்டிக் கொண்டே வந்தார்.

கடைசியில், "இதோ... இதுதான்" என்று ஈஸ்வரன் படத்தை அடையாளம் காட்டியதோடு, மகள் கையிலிருந்து புகைப்படத்தை என் கையில் ஒப்படைத்தார் அந்தத் தியாகி. அதை வாங்கிப் பையில் போட்டுக்கொண்டே, மேல் மாடியிலிருந்து டாக்டர் வருகிறாரா என்று மாடிப்படியைப் பார்த்துவிட்டு, தியாகியைப் பார்த்தேன். வாயைப் பிளந்து செத்துக் கிடந்தார் தியாகி.

இரத்தம் கொடுப்பதற்கு முன்பே சற்றும் எதிர்பாராத விதத்தில் தியாகியின் மரணம் நிகழ்ந்துவிட்டது.

அவருக்குச் செலுத்தப்பட வேண்டியது இரத்தம்தான்! உரிய நேரத்தில் இரத்தம் செலுத்தப்பட்டிருந்தால் உன்னதமான உயிர் பிரிந்திருக்காது.

அந்த அரிய புகைப்படத்தை என்னிடம் ஒப்படைப்பதற்குத் தான் தியாகி உயிரை பிடித்துக்கொண்டிருந்தாரோ என நான் எண்ணிக்கொண்டேன்.

இரத்த தானத்தின் முக்கியத்துவத்தையும், கொடுக்க வேண்டிய உரிய நேரத்தையும் பற்றி இன்னும் சொல்வதற்கு என்ன இருக்கிறது?

50

அறிவியலின் அடித்தளம்

கோவை ஜி.டி.நாயுடுவின் வாழ்க்கை வரலாற்றை பல கோணங்களிலும் ஆய்வு செய்தால் அகில உலக அறிவியல் மேதை தாமஸ் ஆல்வா எடிசனை நமக்கு நிச்சயம் நினைவூட்டும். அறிவியல் அறிஞர், தொழில் அதிபர், கல்வியாளர், சமூக சேவகர், தலைசிறந்த நிர்வாகி, மருத்துவ ஆய்வாளர் என்ற பன்முகப் பேராளுமை மிக்கவர்தான் ஜி.டி.நாயுடு.

ஜி.டி.நாயுடு அடிக்கடி தனது தொழில் தேவைக் காகவும் அறிவை விரிவு செய்துகொள்ளும் நோக்கிலும் அயல்நாடுகளுக்கு பயணம் மேற்கொள்வார். அமெரிக்க நாட்டிற்கு மூன்றாவது முறை சுற்றுப் பயணம் மேற்கொண்ட போது அவருக்கு வயது 47. இங்கிருந்து, அமெரிக்காவிலிருந்து நாயுடுவிற்கு பணம் அனுப்ப முடியாத ஒரு சூழல் இந்தியாவின் ஆங்கிலேய ஆட்சியின் கண்காணிப்பால் ஏற்பட்டது. நாயுடு அமெரிக்காவில் வேலைக்குச் சேர்ந்து அதன் மூலம் பொருளீட்டி பயிற்சி வகுப்பின் கட்டணங் களைச் செலுத்திப் படித்தார்.

பட்டப்படிப்பை முடித்தவர்கள்தான் அந்தப் பயிற்சி வகுப்பில் சேர முடியும் என்றிருந்த விதியைக் கூட நாயுடுவின் ஆர்வத்தையும் திறமையையும்

பார்த்து அமெரிக்க நிறுவனம் தளர்த்தி நாயுடுவை சேர்த்துக் கொண்டது.

சில மாதங்கள் அமெரிக்காவில் தங்கி உணர்வுபூர்வமாகப் பயிற்சி வகுப்புகளில் ஈடுபாட்டுடன் படித்ததால் நல்ல தேர்ச்சி யோடு இந்தியா திரும்பினார்.

இந்தியா வந்தவுடன் முதல் வேலையாக ஒரு தொழிற் பயிற்சிக் கல்லூரியைத் தொடங்க கடுமையான முயற்சியில் இறங்கினார். 1945-இல் அப்போதைய சென்னை மாகாண கவர்ன ராக விளங்கிய ஆர்தர் ஹோப் பெயரில் ஒரு பாலிடெக்னிக் கல்லூரியை கோவையில் தொடங்கினார். இதுதான் இந்தியாவில் தொடங்கப்பட்ட முதல் பாலிடெக்னிக் கல்லூரி. இந்தக் கல்லூரியின் முதல்வராகவும் கௌரவ இயக்குனராகவும் இருக்கும் படி அரசாங்கம் கேட்டுக்கொண்டதற்கிணங்க நாயுடு அவ்வாறே செயல்பட்டார்.

இக்கல்லூரி தொடங்குவதற்கு தனது சொந்தப் பணம் ஏராளமாகக் கொடுத்து உதவினார்.

பாலிடெக்னிக் கல்லூரியை நிர்மாணித்தது போலவே பொறியியற் கல்லூரி ஒன்றையும் தொடங்க எண்ணினார் ஜிடிநாயுடு. பொறியியற் கல்லூரிக்கு அனுமதி வேண்டுமானால் 45 நாட்களுக்குள் முழுக் கட்ட டத்தையும் கட்டி முடிக்க வேண்டும் என்ற நிபந்தனையை விதித்தார் அன்றைய கவர்னரும் ஜி.டி.நாயுடு வின் நண்பருமான ஆர்தர் ஹோப். அதனைச் சவாலாக ஏற்று 42 நாட்களிலேயே முழுக் கட்டடத்தையும் கட்டி முடித்தார் ஜி.டி.நாயுடு.

வாக்குறுதியளித்தபடி அனுமதியளித்தார் கவர்னர். அக் கல்லூரிக்கும் கவர்னரின் பெயரான சர் ஆர்தர் ஹோப்பின் பெயரையே வைத்தார் நாயுடு. இக்கல்லூரிதான் பின்னாட்களில் 'அரசினர் பொறியியற் கல்லூரி'யாக மாறியது. தான் அரிதின் முயன்று தொடங்கி வெற்றிகரமாக நடத்தி வந்த இந்தக் கல்வி நிறுவனங்களை ஒரு கட்டத்தில் அரசிடமே ஒப்படைத்தது ஜி.டி.நாயுடு அவர்கள் பெருந்தன்மை என்றால் அது மிகையில்லை.

ஈரோட்டிலிருந்து கோவை சென்றால் கோவை நகர் சென்றடைந்ததும் முதல் பேருந்து நிறுத்தம் 'ஹோப் காலேஜ்' என்பதாகும். அந்த வழியில் பேருந்தில் வரும் அனைவருக்கும் கோவையில் உள்ள எல்லோருக்கும் 'ஹோப் காலேஜ்' பேருந்து நிறுத்தம் மிகவும் பிரபலமாகும். ஹோப் காலேஜ் என்ற எந்தக் கல்லூரியும் தற்போது அங்கு இல்லை என்றோ, எப்போதோ தொடங்கி செயல்பட்ட கல்லூரியின் பெயரில்தான் இப்போதும் பேருந்து நிறுத்தம் அழைக்கப்படுகிறது. அது சரி- அந்த ஹோப் காலேஜ்தான் நமது ஜி.டி.நாயுடு கல்லூரி என்பது எத்தனை பேருக்குத் தெரியும்..?

51

ஓர் இரவு... ஒரு நாடகம்!

அப்போதெல்லாம் தமிழ் நாடக மேடைகளில் வசனங்கள் அறவே கிடையாது. முழு நாடகமும் பாடல் வடிவங்களில் மட்டுமே நடைபெற்றன. நாடகங்கள் அனைத்தும் முழுக்க முழுக்க இசை நாடகங்களாகவே இருந்தன.

இந்தப் போக்கில் சில மாறுதல்கள் ஏற்பட்டு நாடக நடிக-நடிகைகள் தங்கள் திறமைக்கும் புலமைக்கும் ஏற்றவாறு, அந்தந்த நாடகக் கதைக்குப் புறம்பாக போகாமல் தாங்களே கற்பனை செய்து பேசிக் கொள்ளும் முறை தமிழ்நாடக உலகில் பிரவேசித்தது. இந்த வழிமுறையும் ஒரு வரம்பிற்குள் வராமலும் கட்டுக்குள் அடங்காமலும் சென்றதால் நாடகங் களின் கதையோட்டம் வரிசைக்கிரமமாக அல்லாமல் தாறுமாறாகச் சென்றது.

இந்தச் சூழலில் நாடக உலகத்திற்குள் நுழைந்த சங்கரதாஸ் சுவாமிகள் நாடக நடைமுறைகள் அனைத்தையும் ஒரு நெறிமுறைக்குள் உட்படுத்தி னார். தமிழ்நாடக உலகினை புத்துருவாக்கம் செய்தார். நாடக மேடையின் மீது ஒரு புதிய வெளிச்சத்தைப் பாய்ச்சினார். ஒழுங்கும் கட்டுப்பாடும் மிக்கதாக தமிழ் நாடகத் துறையையே மாற்றியமைத்தார்.

நாடகங்களுக்கென்று தனிக் கண்ணோட்டத்தையும், கோட்பாட்டையும் உருவாக்கினார். தமிழில் சீரான, முறைப்படுத்தப்பட்ட நாடக வடிவம் சங்கரதாஸ் சுவாமிகளின் வரவுக்குப் பிறகுதான் உதயமாயிற்று. ஏற்கெனவே நடைமுறையில் இருந்த நாடக உலகை தலைகீழாக மாற்றி அமைத்தது மட்டுமின்றி புதிது புதிதாக ஏராளமான அற்புத நாடகங்களை இவரே எழுதினார் - நடித்தார் - இயக்கினார் - தயாரித்தார்.

தமிழ் நாடக உலகின் தந்தை என்றும், பல நாடக ஆசிரியர்களுக்கெல்லாம் ஆசிரியராக விளங்கிய நாடகப் பேராசிரியர் என்றும் நாடகத்துறை ஆய்வாளர்கள் அனைவராலும் போற்றிப் பாராட்டப்படுகிறவர் சங்கரதாஸ் சுவாமிகள். ஓர் அரை நூற்றாண்டு காலம் சங்கரதாஸ் சுவாமிகளின் பாடலோ வசனமோ இல்லாத நாடகங்களே தமிழகத்தில் அரங்கேற வில்லை என்று சொல்லும் அளவுக்கு ஒரு பெரும் தாக்கத்தையும் பாதிப்பையும் உருவாக்கினார். நாடகங்களுக்காகவே பிறந்து வளர்ந்தது போலவும் தமிழ் நாடக வளர்ச்சிக்காகவே தன் முழு வாழ்நாளையும் அர்ப்பணித்தது போலவும் அவரது வாழ்வும் பணியும் அமைந்தது.

நாடகத் துறையில் ஓர் அசாத்தியத் திறமை இயல்பாகவே இவருக்கு அமைந்திருந்தது என்று சொன்னால்கூட அது மிகையாகாது.

தமிழ் நாடக உலகின் விடிவெள்ளியாகத் திகழ்ந்த அவ்வை சண்முகம் என்கிற டி.கே.சண்முகம் இவரது தலை மாணாக்கர்களில் ஒருவர். டி.கே. சண்முகம் மற்றும் இவரது சகோதரர்கள் அனைவரும் சின்னஞ்சிறு வயதிலேயே சங்கரதாஸ் சுவாமிகளின் நாடகக் குழுவில் இணைந்துவிட்டனர். சுவாமிகள் சிறுவன் டி.கே. சண்முகத்திற்கு எல்லா நாடகங்களிலும் நாரதர் வேடம் மட்டுமே கொடுத்து வந்தார். அப்போது டி.கே. சண்முகத்திற்கு ஏழு வயது.

ஒருநாள் அந்நாடக நிறுவனத்தின் உரிமையாளர் பழனியா பிள்ளை "சுவாமி, நம்முடைய சண்முகம் கதாநாயகனாக நடிப்பதற்கு ஏற்றபடி ஒரு நாடகம் எழுதி இவனை நடிக்க வைத்தால் சிறப்பாக இருக்கும் என்று எண்ணுகிறேன்" என்று சங்கரதாஸ் சுவாமிகளிடம் தெரிவித்தார்.

அன்று மாலையே கடை வீதியிலுள்ள புத்தகக் கடைகளுக்குச் சென்று தேடி 'அபிமன்யு சுந்தரி' அம்மானைப் பாடல் பிரதி யொன்றை வாங்கி வந்தார் சுவாமிகள். இரவுச் சாப்பாட்டிற்குப் பின்பு அனைவரும் படுத்து உறங்கிய பிறகு, அரிக்கன் விளக் கொளியில் புதிய நாடகம் ஒன்றை எழுத ஆரம்பித்தார். விடிய விடிய இடைவெளியில்லாமல் எழுதினார். பொழுது விடிந்தது அனைவரும் எழுந்து பார்த்தபோது அயர்ந்து தூங்கிக்கொண் டிருந்தார் சுவாமிகள். அவரது படுக்கைக்கருகில் அவர் எழுதிய அபிமன்யு நாடகத்தின் கையெழுத்துப் பிரதிகள் காணப்பட்டன. அனைவரும் அதனை எடுத்துப் புரட்டிப் புரட்டிப் பார்த்து அதிர்ந்து போய்விட்டனர். நான்கு மணி நேரத்திற்கு நடிக்க வேண்டிய முழு நாடகமும் ஓர் அடித்தல் திருத்தலின்றி அழகாகவும் முழுமையாகவும் எழுதப்பட்டிருந்தது.

ஒரே இரவில் ஒரு முழு நாடகத்தையும், ஒரே மூச்சில் பல புதிய பாடல்களுடன் உயிரோட்டமான வசனங்களையும் உள்ளடக்கி, ஓர் அரிக்கன் விளக்கின் மங்கிய ஒளியைக்கொண்டே ஓர் இடத்தில் கூட அடித்தல் திருத்தலின்றி எழுதி முடித்த நாடக உலகின் மாமேதை சங்கரதாஸ் சுவாமிகள் வாழ்த்தத்தக்கவர் மட்டுமல்ல வணங்கத்தக்கவர். பாராட்டத்தக்கவர் மட்டுமல்ல பின்பற்றத்தக்கவர்.

52

அறிவாலயம்

சமீபத்தில் பீகார் மாநிலத் தலைநகரான 'பாட்னா' நகரில் ஆறு நாட்கள் நடைபெற்ற ஓர் அகில இந்திய மாநாட்டில் பங்கேற்கின்ற வாய்ப்புக் கிடைத்தது. அங்கிருந்து சற்று தொலைவிலுள்ள வரலாற்றுச் சிறப்புமிக்க 'நாலந்தா'வுக்குச் சென்று வர முன்னதாக ஒரு நாளை ஒதுக்கினோம்.

நாலந்தா ரயில் நிலையத்தில் இறங்கினோம். ரயில் நிலையத்தின் எதிரில் நூற்றுக்கணக்கான குதிரை வண்டிகள் நம்ம ஊர் ஆட்டோக்களைப் போல அடர்த்தியாக நின்றன.

குதிரை வண்டியில் ஏறி மூன்று நான்கு கிலோ மீட்டருக்கு அப்பால் இருக்கிற நாலந்தா பல்கலைக் கழகம் இருந்த இடத்திற்குச் சென்றோம். சிறு வயதிலிருந்தே நாலந்தா பல்கலைக்கழகம் குறித்து பலர் மேடையில் பேசக் கேட்டிருக்கிறோம். வரலாற்று ஆர்வம் அதிகரித்து ஒரு கட்டத்தில் நாலந்தா குறித்து சிறு புத்தகங்களை வாசித்திருக் கிறோம். நாலந்தா குறித்து வாய்ப்புக் கிடைக்கிற போதெல்லாம் மேடையில் பேசியுமிருக்கிறோம்.

தெரிவதென்பது வேறு - அறிவதென்பது வேறு - புரிவதென்பது வேறு - உணர்வதென்பது வேறு.

படித்தறிந்த வரலாற்றை உணர்வது என்பதுதான் பூர்ணத்துவம் பெற்ற நிலை. அவ்வாறு நாலந்தாவின் வரலாற்றை அனைத்துக் கோணங்களிலும் ஆழமாகப் படித்து உணர்ந்திருந்தால் - அதன் பின்னர் முதன் முறையாக நேரில் பார்க்கச் சென்றால் - அந்த அனுபவம் நமக்குள் புளகாங்கிதத்தை ஏற்படுத்தும் என்பதில் எள்ளளவும் ஐயமில்லை.

குதிரை வண்டியிலிருந்து இறங்கியவுடன் இடிபாடுகளோடு செம்மண் பூமியாகக் கிடக்கிற நாலந்தா பல்கலைக்கழகத்தின் மிச்ச சொச்சங்களைப் பார்க்க நடந்து சென்றோம். பக்கத்தில் சென்றவுடன் ஒரு விதமான இனம் தெரியாத பரவசம் ஏற்படுவதை நம்மால் நன்கு உணர முடிகிறது. 'காலில் போடப்பட்டுள்ள செருப்புகளை இங்கே கழற்றி விடுங்கள்' என்ற அறிவிப்புப் பலகை எங்கும் இல்லையாயினும் காலில் போடப்பட்டிருந்த செருப்பை கழற்றிவிட்டு வெறும் காலிலேயே நடந்து செல்லத் தோன்றுகிறது. கடந்த கால நாலந்தா பல்கலைக்கழகத்தின் சிறப்பையும் மேன்மையையும் முழுமையாக உள்வாங்கியிருந் தால் கோயிலுக்குள் செல்லும் பக்தனின் உணர்வுக்கு நாம் ஆட்படுவதை நம்மால் தவிர்த்துவிட முடியாது.

"உலக வரைபடத்தில் அமெரிக்கா போன்ற பல நாடுகளே இடம்பெறாத காலத்திலேயே நம் நாட்டில் ஒரு தரமான பல்கலைக்கழகமே இருந்திருக்கிறது" என்ற செய்தி நமக்குப் பெரிமிதம் அளிக்கத்தக்கதாகும்!

ஏறத்தாழ 2,300 ஆண்டுகளுக்கு முன்பு உருவாக்கப்பட்ட பல்கலைக்கழகம்! 10,000 மாணவர்கள் படித்தனர்! 2000 தகுதிமிக்க ஆசிரியர்கள் பாடம் எடுத்தனர். கணித மேதைகள், வானவியல் வல்லுனர்கள், மருத்துவ மாமணிகள் ஆசிரியர்களாக விளங்கியுள்ளனர் என்பதற்கு ஏராளமான சான்றுகள் கிடைத் திருக்கின்றன.

அண்டை நாடுகளிலிருந்து நூற்றுக்கணக்கான மாணவர்கள் அந்தக் காலத்திலேயே நாலந்தாவுக்கு வருகை தந்து 5 ஆண்டுகள் 10 ஆண்டுகள் என்று தங்கியிருந்து படித்து ஞானப் பெட்டகங் களாக அந்தந்த நாடுகளுக்குத் திரும்பிச் சென்றுள்ளனர். 2,300 ஆண்டுகளுக்கு முன்பு கப்பல், விமானம், ரயில், பேருந்து போன்ற வாகனங்களெல்லாம் கண்டுபிடிக்கப்படுவதற்கு முன்பே அயல்நாட்டு மாணவர்கள்அவ்வாறு அரிதின் முயன்று

இப்பல்கலைக்கழகத்திற்குப் படிக்க வந்திருக்கிறார்களென்றால் இப்பல்கலைக்கழகத்தின் தரம், தகுதி எத்தகையதாக இருந்திருக்கும் என்பதை நம்மால் ஊகிக்க முடிகிறது.

இதற்கு முன்பே உருவான தக்ஷசீலா பல்கலைக்கழகமும் காஞ்சிப் பல்கலைக்கழகமும் கருத்தில் கொள்ளத்தக்கவை களாகும்.

உலக நாடுகளில் பல, கல்வி என்றால் வீசை என்ன விலை? என்று கேட்ட காலகட்டத்திலேயே நம் நாட்டில் கல்வித் திட்டங்கள் கொண்டு வரப்பட்டு கல்விக்கென்று முறையான நிறுவனங்களை உருவாக்கியுள்ளனர் நமது முன்னோர்.

அந்தப் பல்கலைக்கழகங்களின் தொடர்ச்சியாக படிப்படி யாக கல்வி வளர்ச்சி முன்னோக்கிச் சென்றுகொண்டே இருந்திருக்குமெனில் இன்று உலகத்தின் கல்வி தலைநகரமாக நமது நாடே இருந்திருக்கும் என்பதில் எள்ளளவும் சந்தேகமில்லை.

இவற்றையெல்லாம் அடிப்படையாகக் கொண்டுதான் மகாகவி பாரதி "பாரத நாடு பழம்பெரும் நாடு - நீரதன் புதல்வன்... இந்நினைவகற்றாதீர்!" என்று மார்தட்டி கம்பீரமாகக் கூறினான்.

53

ரத்தபாசம்

"தான் ஆடா விட்டாலும் தன் தசை ஆடும்" என்பது பழமொழி. ரத்த உறவு, சகோதர பாசம் போன்றவை எத்தகைய வலுமிக்கவை என்பதற்கு கப்பலோட்டிய தமிழன் வ.உ.சி.யின் வாழ்க்கைச் சம்பவமே தக்க சான்றாக விளங்குகிறது.

வ.உ.சி.க்கு இரட்டை ஆயுள் தண்டனை வழங்கிய நீதிபதி, நீதிமன்றத்தில் தீர்ப்பை வாசிக்கிறார். தீர்ப்பு என்னவாக இருக்கும் என்று தெரிந்துகொள்ளும் ஆர்வத்தில் ஆயிரக்கணக்கில் மக்கள் நீதிமன்ற வளாகத்திற்கு வெளியே பதற்றத்துடன் காத்திருக் கின்றனர். இந்திய வரலாற்றில் அதுவரை இல்லாத கொடுந்தண்டனையான 40 ஆண்டு சிறை தண்டனை அப்போது 35 வயதுடைய வ.உ.சிக்கு ஈவிரக்கமின்றி வழங்கப்பட்டது.

வ.உ.சி. விடுதலையாகிவிடுவார் என்று சிலரும் அப்படி மீறிப் போனால் 3,4 மாதங்கள் சிறை தண்டனை கிடைக்கும் என்று பலரும் எதிர்பார்த்திருந்தனர். வெளியான தீர்ப்பு அனைவரையும் அதிர்ச்சிக்கு உள்ளாக்கியது. அந்தப் பெரும் கூட்டத்தின் கடைசி யில் சோகமே உருவான முறையில் வ.உ.சியின் தம்பி மீனாட்சி சுந்தரம் பிள்ளை நின்றுகொண்டிருந்தார்.

மக்கள் பதற்றமாக இருப்பதைப் பார்த்த தம்பி மீனாட்சி சுந்தரம் 'என்ன தீர்ப்பு'என்று அங்கிருந்தோரிடம் கேட்டார்.

'இரட்டை ஆயுள் தண்டனை' என்று கண்ணீருடன் அவருக்குப் பதில் கூறினர். அடுத்த வினாடியே அண்ணனுக்கு ஏற்பட்ட கதியை எண்ணி தம்பிக்குப் புத்தி பேதலித்துவிட்டது. அதன் பிறகு காலம் பூராவும் வ.உ.சியின் தம்பி மீனாட்சி சுந்தரம் அதே நிலையில்தான் இருந்தார்.

கோவை, கண்ணனூர் சிறையில் அடைக்கப்பட்ட வ.உ.சி. கடும் சித்ரவதைக்கு ஆளாக்கப்பட்டார். சில ஆண்டுகள் சிறையில் இருந்த பிறகு மேல் முறையீட்டின் விளைவாக விடுதலை செய்யப்பட்டார்.

விடுதலையானதும் சொந்த ஊரான தூத்துக்குடிக்குத் திரும்பாமல் சென்னை சென்ற அவர் அங்கு அரிசி வியாபாரம், மண்ணெண்ணெய் வியாபாரம் செய்து பிழைத்து வந்தார். அங்கும் அவர் தொழிற்சங்க நடவடிக்கைகளில் தன்னை இயன்ற வரை ஈடுபடுத்திக் கொண்டார். திலகர் மாதம் தோறும் ஐம்பது ரூபாய் சுயராஜ்ய நிதியிலிருந்து வ.உ.சி.க்கு தவறாமல் அனுப்பி வந்தார். இந்த உதவி மட்டும் கிடைக்காமல் இருந்திருந்தால் உணவுக்குக் கூட வழியில்லாமல் வாடி கிடந்திருப்பார் வ.உ.சி.

இந்தக் காலகட்டத்தில் வ.உ.சி சந்தித்த அவரது சொந்த ஊரைச் சேர்ந்த சிலர் வ.உ.சி.யிடம் அவரது தம்பி பைத்தியம் பிடித்த நிலையில் திருநெல்வேலி, தூத்துக்குடி, பாளையங் கோட்டைப் பகுதியில் சுற்றித் திரிவதாகத் தகவல் சொன்னார்கள்.

இச்செய்தியைக் கேள்விப்பட்ட வ.உ.சி. அதிர்ந்து போய் விட்டார். கலங்கிப் போய்விட்டார். செய்வதறியாது தவித்தார். தன்னை வந்து சந்தித்த சிலரிடம் சிறு கடிதம் ஒன்றை எழுதிக் கொடுத்தனுப்பினார். அது தம்பிக்கான கடிதம் அல்ல. தம்பி படித்துப் புரிந்து நடந்துகொள்ளும் நிலையிலும் இல்லை.

"தூத்துக்குடி, திருநெல்வேலி, பாளையங்கோட்டை பகுதியில் துணிக்கடை வைத்திருக்கும் அன்பர்களுக்கு ஒரு விண்ணப்பம். என் தம்பி மீனாட்சி சுந்தரம் அழுக்குத் துணியோடும், கிழிந்த துணியோடும் அங்கும் இங்கும் திரிகிறானாமே! அவனைப் பார்ப்பவர்கள் புதுத் துணிக்கொடுத்து உதவுங்கள்! நான் நேரில் வரும்போது கணக்குத் தீர்க்கிறேன்" என்றும்,

"உணவுக்கடை வைத்திருப்போருக்கு ஓர் அன்பான வேண்டு கோள்! உணவின்றி பட்டினியாக அலையும் என் தம்பி மீனாட்சி சுந்தரத்தை உணவுக் கடைக்கு மரியாதையாக அழைத்து பசியாற உணவு கொடுங்கள். அந்தக் கணக்கும் நான் அங்கு வந்த பிறகு தீர்க்கப்படும்" என்றும் கண்ணீர்க் கடிதத்தை எழுதிக் கொடுத் தனுப்பினார் வ.உ.சி.

"உரலுக்கு ஒரு பக்கம் இடி. மத்தளத்திற்கு இரண்டு பக்கமும் இடி. மாமேதை லெனினுக்கோ அத்தனை பக்கமும் இடி" என்று லெனின் பட்ட வேதனையை எடுத்துரைக்கிறார் மகாகவி பாரதி. இதே நிலைதான் நமது தியாகச் செம்மல் வ.உ.சி.க்கும்.

வ.உ.சி.யைப் பற்றிய பேட்டியொன்றில் அவரது மகன் வ.உ.சி. சுப்பிரமணியம் சொல்லும்போது, "எனது தந்தையாரைப் பற்றி எத்தனையோ கோணங்களில் எடுத்துச் சொல்லி விதந்தோது கின்றனர் பலர். எனக்கு எனது தந்தையிடம் மிகவும் பிடித்தது அவரது தம்பி மீனாட்சி சுந்தரத்தின் மீது அவர் வைத்திருந்த அசைக்க முடியாத அழுத்தமான பாசம்" என்று தெளிவாகச் சொல்கிறார்.

ஆம்... பாசம்... மனித உள்ளத்தின் அடியாழத்திலிருந்து துளிர்க்கும் உயிர்த்துடிப்பு மிக்க பண்புதான் என்பதில் சந்தேக மில்லை.

54

அதிர்ச்சியடைந்த ஆசிரியர்

நல்ல எண்ணத்தோடு செய்யப்படுகிற செயல்கள் அனைத்திற்கும் இறுதி வெற்றி நிச்சயம். பண்பட்ட நிலத்தில் தூவப்படுகிற விதைகள் என்றும் வீணாவதில்லை.

சந்திராயன் 1 என்ற ஆளில்லா விண்கலத்தை நிலவுக்கு வெற்றிகரமாக ஏவி நம் மண்ணிற்குப் பெருமை சேர்த்தனர் இந்திய விஞ்ஞானிகள். இதற்கென அமைக்கப்பட்ட 600 விஞ்ஞானிகளைக் கொண்ட குழுவிற்கு திட்ட இயக்குனராக விளங்கியவர் விஞ்ஞானி மயில்சாமி அண்ணாதுரை.

சந்திராயன் 1 விண்கலம் நிலவில் இறங்கி திட்டமிட்டபடி மூவர்ணக் கொடியை நாட்டியது. இந்நிகழ்ச்சி உலகெங்கும் வாழும் இந்தியர்களுக்கு குதூகலத்தைக் கொடுத்தது.

வெற்றிவாகை சூடிய விஞ்ஞானி மயில்சாமி அண்ணா துரைக்கு அவர், அக்காலத்தில் படித்த பொள்ளாச்சி யிலுள்ள கல்லூரி பாராட்டு விழா நடத்தியது. கல்லூரி வளாகத்திற்குள் நடைபெற்ற இவ்விழாவில் பல்லாண்டுகளுக்கு முன்பு அக்கல்லூரியில் பேராசிரி யராகப் பணியாற்றிய பேராசிரியர் குண்டுராவ் பங்கேற்றுப் பேசினார்.

விண்கலம் ஏவப்பட்டவுடன் நடைபெற்ற முதல் பாராட்டு விழா என்பதால் அவ்விழா முக்கியத்துவம் பெற்றது.

அவ்விழாவில் உரையாற்றிய பேராசிரியர் குண்டுராவின் பேச்சு குறிப்பிடத்தக்கதாக இருந்தது.

பேராசிரியர் குண்டுராவ் ஓய்வு பெற்று பல்லாண்டுகள் ஆயிற்று. தற்போது அவருக்கு எண்பது வயதிற்கும் மேல் இருக்கும். சொந்த ஊரான பெங்களூரில் ஓய்வில் இருக்கிறார்.

வழக்கம் போல் காலை நேரத்தில் பேராசிரியர் ஓய்வாக உட்கார்ந்து கொண்டிருந்தபோது அவருடைய வீட்டுத் தொலை பேசி அலறியதாம். எடுத்து யார் பேசுவது என்று இவர் கேட்க மறுமுனையிலிருந்து "நான் உங்கள் முன்னாள் மாணவன் அண்ணாதுரை பேசுகிறேன்" என்று சொன்னாராம். "எந்த அண்ணாதுரை?" என்று பேராசிரியர் கேட்க "என்னை உங்களுக்கு நேரில் பார்த்தால் கூட அடையாளம் தெரியாது. என்னுடைய பெயரும் உங்களுக்கு நினைவில் இருக்காது" என்று சொல்லி விட்டு "கடந்த ஒரு வார காலமாக செய்தித்தாளில் மயில்சாமி அண்ணாதுரை என்ற பெயர் வருகிறதே அது நான்தான்" என்று சொன்னாராம்.

பேராசிரியர் அதிர்ச்சியடைந்துவிட்டாராம். "விஞ்ஞானி மயில்சாமி அண்ணாதுரை என்னுடைய முன்னாள் மாணவரா?" என்று ஆனந்தம் பொங்க கேட்டாராம் பேராசிரியர்.

"எத்தனையோ ஆண்டுகளுக்கு முன்பு உங்களிடம் படித்தது. உங்கள் தொலைபேசி எண்ணைக் கண்டுபிடிக்கவே இரண்டு மூன்று நாட்கள் ஆகிவிட்டது. கடைசியில் பார்த்தால் நீங்களும் பெங்களூரில்தான் இருக்கிறீர்கள்" என்று சொல்லிவிட்டு "உங்கள் முகவரியைக் கொடுங்கள். நான் நேரில் வந்து உங்களைப் பார்க்க வேண்டும்" என்று சொன்னாராம் அண்ணாதுரை.

"உலகமே பாராட்டுகிற சாதனை செய்துவிட்ட உங்களை நான் வந்து பார்க்கிறேன்" என்றாராம் பேராசிரியர். "எவ்வளவு தான் உயர்ந்த இடத்திற்குச் சென்றாலும், எப்போதும் ஆசிரியர் ஆசிரியர்தான். மாணவன் மாணவன்தான்" என்று சொன்ன அண்ணாதுரை. அன்றே பேராசிரியரைத் தேடி அவரின் வீட்டிற்கே சென்று நேரில் பார்த்து சாஷ்டாங்கமாக காலில் விழுந்து வணங்கி தனது ஆசிரியரின் ஆசியைப் பெற்றாராம்.

இந்த நிகழ்ச்சியை மேடையில் சொன்னபோது நெகிழ்ச்சி யடைந்துவிட்டார் பேராசிரியர் குண்டுராவ். அந்நிகழ்ச்சியில் பேசிய அண்ணாதுரை "இக்கல்லூரியில் ஒரே ஓர் ஆண்டு அக்காலத்தில் பியுசி படித்தேன். அப்போது இயற்பியல் பாடத்தில் அவ்வளவு ஆர்வமில்லாதிருந்த எனக்கு தனது அசாத்தியத் திறமையால்-பாடம் எடுத்த விதத்தில் இயற்பியலின் மீது காதலையே உண்டாக்கியவர் இந்தப் பேராசிரியர். இன்று சந்திராயன் வெற்றி பெற்றதற்கு அடிப்படையாக இருந்தது இயற்பியல்தான். என்னுடைய இயற்பியல் அறிவிற்குத் தொடக்கப் புள்ளி இவர்தானே! ஆகவேதான் திட்டம் வெற்றி பெற்றவுடன் முதல் மரியாதையை இவருக்குச் செலுத்த எண்ணினேன்" என்று உருக்கமாகக் கூறினார்.

"கடமையைச் செய். பலனை எதிர்பாராதே" என்கிறது கீதை. தனது கடமையைச் செவ்வனே செய்தார் பேராசிரியர். அவருக்கு கைமேல் பலன் ஒன்றும் கிடைக்கவில்லை. அவர் அதை எதிர் பார்க்கவும் இல்லை. பல ஆண்டுகளுக்குப் பிறகு ஒட்டுமொத்த சமுதாயத்திற்கே பலன் கிடைத்துள்ளது!.

"என் கடன் பணி செய்து கிடப்பதே" என்று எண்ணி உளப்பூர்வமாகச் செலுத்தப்படுகிற உண்மையான உழைப்பு எதுவும், எக்காலத்திலும் வீணாவதில்லை. நல்ல மண்ணில் தூவப்படுகிற நல்ல விதைகள் இன்றில்லாவிட்டாலும் என்றேனும் ஒருநாள் நல்ல விளைச்சலைத் தரும்.

55

கேட்டாரே ஒரு கேள்வி

ஆணுக்கும் பெண்ணுக்கும் இடையில் சமத்துவம் நிலவுமானால் நாடும் வீடும் நலம்பெறும். இதைப் பல பெரியவர்கள் பல்வேறு கோணங்களில் வலியுறுத்திக் கூறியுள்ளனர்.

1906 ஆம் ஆண்டு டிசம்பர் மாதம் கல்கத்தாவில் காங்கிரஸ் கட்சியின் அகில இந்திய மாநாடு நடை பெற்றது. அம்மாநாட்டில் தமிழகத்திலிருந்து மகாகவி பாரதியார் பிரதிநிதியாகப் பங்கேற்றார்.

விவேகானந்தரின் சிஷ்யையான நிவேதிதா அக் காலகட்டத்தில் கல்கத்தா அருகிலுள்ள 'டாம் டாம்' என்ற இடத்தில் வசித்து வந்தார். நிவேதிதாவை சந்திக்க விரும்பிய பாரதி கல்கத்தா மாநாட்டிலிருந்து திரும்பியபோது 'டாம் டாம்' பகுதிக்கு சென்றார்.

நிவேதிதாவை சந்தித்த பெருமகிழ்வில் பாரதியார் பரவசமடைந்தார். இருவருக்கும் இடையில் நடை பெற்ற உரையாடலின்போது நிவேதிதா பாரதியைப் பார்த்து "உங்களுக்குத் திருமணமாகவில்லையா?" என்று கேட்டார். அதற்குப் பதில் கூறிய பாரதி தனக்குத் திருமணம் ஆகிவிட்டது என்றும் இரண்டு வயதில் ஒரு பெண்குழந்தை இருக்கிறது என்றும் கூறினார்.

"அப்படியானால் உங்களின் மனைவியை ஏன் கல்கத்தா மாநாட்டிற்கு அழைத்து வரவில்லை?" என்று பாரதியிடம் கேட்டார் நிவேதிதா.

"மனைவியை சரிசமமாகப் பொது இடங்களுக்கு அழைத்துச் செல்லும் வழக்கம் எங்களிடம் இல்லை" என்று கூறியதோடு "அவ்வாறு காங்கிரஸ் மாநாட்டிற்கு அழைத்து வருவதால் என்ன நன்மை ஏற்பட போகிறது?" என்று எதிர்க் கேள்வி கேட்டார் பாரதியார்.

இதைக் கேட்ட சகோதரி நிவேதிதா கடும் கோபம் கொண்டார். "சமூகத்தில் சரிபாதி அடிமைப்பட்டுக் கிடக்கையில் மீதிப் பாதி மட்டும் விடுதலை பெற முடியுமா?" என்று கேட்டார்.

இந்தச் சந்திப்பிற்கும் கலந்துரையாடலுக்கும் பிறகாவது பாரதி தனது மனைவியை சரி சமமாக நடத்த வேண்டுமென்று அவரிடம் அறிவுறுத்தினார் நிவேதிதா. தானும் அவ்வாறே செய்வதாக குருவிடம் சீடன் வாக்களிப்பதுபோல் பயபக்தியாக நிவேதிதாவிடம் வாக்குறுதியளித்துவிட்டு திரும்பினார் பாரதியார்.

இந்தச் சந்திப்பு பாரதியாருக்கு புதிய விழிப்பை உண்டாக்கியது. இதன் பிறகு நிவேதிதாவைப் பற்றி ஏராளமாக எழுதிய தோடு தனது இரண்டு நூல்களை நிவேதிதாவிற்கே சமர்ப்பணம் செய்து தனது ஏற்றத்தையும் மாற்றத்தையும் வெளிப்படுத்தினார் பாரதியார்.

ஆணுக்குப் பெண் சமம் என்ற கண்ணோட்டம் நாட்டிற்கு மட்டுமல்ல வீட்டிற்கும் நன்மை பயக்கிற ஒன்றாகும். பெரியவர்கள், பெண்ணுக்குக் கல்வி கிடைத்தால் அந்த குடும்பத்திற்கே வெளிச்சம் கிடைத்தது போல என்கின்றனர். இதைத்தான் திரு.வி.க. தனது 'பெண்ணின் பெருமை' என்ற நூலில் வித்தியாசமாக விளக்கியுள்ளார்.

பெண்ணின் பெருமையை ஆண்கள் உணர்வதும் ஆணின் அருமையை பெண்கள் புரிவதும் நிகழ்ந்துவிட்டால் இவர்கள் இருவரின் பெருமையை இவர்கள் ஈன்றெடுத்த செல்வர்கள் உளமார உணர்வர்.

56

அறச்சீற்றம்

மனிதன் மென்மையானவாக இருக்க வேண்டும். மனிதன் பண்புள்ளவனாக இருக்க வேண்டும். மனிதன் கண்ணியமானவனாக இருக்க வேண்டும். எல்லாவற்றைவும் விட மனிதன் அடக்கமானவனாக இருக்க வேண்டும். இதெல்லாம் உண்மைதான் மறுப்பதற்கு இல்லை. இதெல்லாம் பாராட்டப்பட வேண்டிய பண்புகள் என்பதில் இரண்டு கருத்துக்கு இடமில்லை. ஆனால் இந்தப் பண்புகளெல்லாம் எப்படி பாராட்டப்படவேண்டுமோ அதே போல இன்னொரு பண்பும் மனிதனுக்கு இருக்க வேண்டும்...

அச்சமும் பேடிமையும்
அடிமைச் சிறுமதியும் உச்சத்தில் கொண்டாரடி
கிளியே ஊமைச்சனங்களடி..!

என்றும்

"ரௌத்ரம் பழகு"

என்றும் பாரதி சொன்னானே...

அநியாயங்களை அக்கிரமங்களை அட்டூழியங்களைப் பார்த்துப் பார்த்து சகித்துக் கொண்டிருப்பதல்ல மனித மனம்... அதைப் பார்த்தவுடன் அந்த

அநியாயங்கள் தடுத்து நிறுத்தப்படவேண்டும் என்ற சிந்தனை எழ வேண்டும். அதற்கான கருத்தோட்டம் எழவேண்டும், அதற்கான செயல்திட்டம் தீட்ட வேண்டும்!

நான் அடக்கமானவன், நான் அன்பானவன், நான் அமைதியானவன் என்ற பெயரில் அநியாயம் தலை விரித்தாடுகிறபோதும் நான் அமைதியாகத்தான் இருப்பேன் என்று சொல்லுவது அந்த அநியாயத்தில் நாம் பங்கேற்பதுபோல. அந்த அநியாயம் செய்பவனுக்கு 80 மதிப்பெண்கள் போட்டால் அந்த அநியாயத்தைப் பார்த்து சகித்துக்கொண்டிருப்பவனுக்கு 40 மதிப்பெண்கள் போடலாம்.

அதுதான் வித்தியாசமே தவிர அதிலொன்றும் பெரிய வேறுபாடு கிடையாது. அநியாயத்தைப் பார்த்து சகித்துக் கொண்டிருக்கக்கூடாது. அநியாயத்தை முதலில் தடுத்து நிறுத்துவதற்கான சிந்தனை நமக்கு வரவேண்டும்.

அதற்குப்பெயர்தான் அறச்சீற்றம் என்பது. அதைத்தான் பாரதி 'ரௌத்ரம் பழகு' என்று சொன்னான். எல்லாவற்றிற்கும் அமைதியாக இருப்பது என்பது அல்ல. அமைதியாக இருக்கவேண்டிய அத்தனைக்கும் அமைதியாக இருக்க வேண்டும். சந்தேகமேயில்லை, அமைதியாக இருக்க வேண்டிய விஷயத்துக்கு ஆர்ப்பாட்டம் செய்யக்கூடாது. ஆனால் ஆர்ப்பரிக்கவேண்டிய விஷயத்தை, ஆவேசத்தோடு எதிர்கொள்ள வேண்டிய விஷயத்தை சந்திக்க வேண்டிய சவால்கள் வருகிறபோது, நிமிர்ந்து நிற்க வேண்டிய நேரத்தில் நான் அமைதியானவன் என்று சொல்லிக்கொண்டிருப்பது அந்த கெட்ட காரியம் செய்துகொண்டிருக்கக்கூடிய மக்களுக்கு மறைமுகமாக ஒத்துழைப்பது போல் ஆகும். அது நமக்கே தெரியாமல் உருவாகிவிடும். நாம் திட்டமிட்டுப்போய் ஒத்துழைக்கப்போவதில்லை, நாமும்தான் அதை வெறுக்கிறோம். நாமும்தான் அதை வேண்டாம் என்கிறோம். ஆகவே,

பொறுமை ஒருநாள் பொங்கி எழுந்தால்
பூமி நடுங்குமடா
கொடுமை புரியும் பாதகனை அவன்
குறைகள் விழுங்குமடா

என்று மக்கள் கவிஞன் பட்டுக்கோட்டை சொன்னான்.

ஆகவே பொறுமை ஒருநாள் பொங்கி எழ வேண்டும்.

பொறுமை பொறுமை பொறுமை..! பொறுமைக்கு எப்போது மகிமை இருக்குமென்றால், அது பொங்கி எழுகிறபோதுதான். பொங்கி எழாத பொறுமை அது இருந்தென்ன போயென்ன? நல்ல விஷயத்திற்குத்தானே பொறுமை இருக்கவேண்டும். எல்லா விஷயத்திலும் பொறுமை இருப்பவனுக்குப் பெயர் சோம்பேறியே தவிர, எப்படி அதற்குப் பெயர் பொறுமை என்று சொல்லுவது.

ஆகவே ரௌத்திரம் பழக வேண்டும்!

அநியாயத்தை அக்கிரமத்தைப் பார்க்கிறபோதும் கேள்விப் படுகிறபோதும் அது குறித்த நமது கருத்தைப் பதிவு செய்ய வேண்டும். அல்லது களத்தில் இறங்கி வன்முறையால் அல்ல அஹிம்சையால் அல்ல... நியாயமான உணர்வுகளை நாம் சொல்லி எடுபடாவிட்டால் நாலு பேரை இணைத்தாவது சொல்லி அந்த அநியாயத்தை தடுத்து நிறுத்திவிடவேண்டாமா?

எப்படியாவது அநியாயம் தடுத்து நிறுத்தப்படவேண்டு மென்றால், நியாயமான, நீதியின்பாற்பட்ட, உண்மையான, உணர்வு பூர்வமான அறச்சீற்றம் ஒவ்வொரு மனிதனுக்கும் வேண்டும்...!

57
உடல் மொழி!

நட்பு பாராட்டுவது என்பது எக்காலத்திலும் இன்றியமையாத ஒன்று. சாதி, மதம், இனம், மொழி என்ற எல்லைகளையெல்லாம் கடந்து, ஏன் அரசியல் வேறுபாடுகளைக்கூட கடந்து மனிதனுக்கு மனிதன் நட்பு பாராட்டுவது அவசியம்.

அதிலும் குறிப்பிடத்தக்கது பழகும் விதம்!

சிலபேரை முதல்முறையாகப் பார்க்கிறபோதே அவரிடத்திலே பழகலாம், பேசலாம் என்பதுபோல் தோன்றும். அதற்கு என்ன காரணம் என்று பலமுறை நான் யோசித்திருக்கிறேன். சிலபேரைப் பார்த்தால் பழகலாம் என்று தோன்றுகிறது. சிலபேரைப் பார்த்தால், 'கொஞ்சம் விலகி நிற்கலாமே, வம்பு வேண்டாம்' என்பதுபோல் தோன்றுகிறது. இதற்கென்ன காரணம்?

கண்கள் மிக முக்கியமானவை. கண்கள்தான் அனைத்திற்கும் அடிப்படையானவை!

இதழ்கள் இருக்கின்றனவே அவை புன்சிரிப்பிற்காகவே படைக்கப்பட்டவை.

"ஃபேஸ் லாங்குவேஜ்" என்று ஆங்கிலத்திலே சொல்லு வார்கள். முகக்கலை, முகம் சொல்லும் மொழி என்று!

அந்த முகத்தைப் பார்த்தவுடன் இன்னும் அவர் பேசவே யில்லை, ஒரு சொல்கூட அவர்கள் சொல்லவில்லை. ஆனால் முகமே வீட்டிற்குள் நுழைந்தவுடன் நம்மை இவர் வரவேற்கிறாரா இல்லையா? நம் வருகை அவருக்கு மகிழ்ச்சி அளிக்கிறதா இல்லையா? என்பதை... இருவரும் வெவ்வேறு மொழியைச் சேர்ந்தவர்களாக இருக்கலாம், அவர் சமஸ்கிருதத்தைத் தாய் மொழியாகக்கொண்டவராக இருக்கலாம், இவர் தமிழைத் தாய் மொழியாகக் கொண்டவராக இருக்கலாம். ஒருசொல்கூட இருவருக்கும் பரிமாற்றம் செய்துகொள்ள இயலாத சூழல் இருக்கலாம் ஆனால் புரிந்துகொள்ளுவார்கள். அப்படியென்றால் என்ன அர்த்தம்?

பார்க்கிறபோதே மகிழ்ச்சியோடு, இயல்பான மகிழ்ச்சியோடு, உண்மையான மகிழ்ச்சியோடு... வாருங்கள் என்று மனதார சந்தோஷமாக சொல்லுவதற்கும், லேசாகத் தலையாட்டி ஒரு மாதிரியாக நடந்துகொள்வதற்கும் வித்தியாசம் இருக்கிறதல்லவா?

பழகுதல் என்பது எல்லோருக்கும் வந்துவிடுவதில்லை. ஆனால் கண்டிப்பாக வரவேண்டும்.

வெளிநாடுகளுக்குச் செல்கிறோம். அந்நாட்டினரைப் பார்க்கிறோம் எவ்வளவு சந்தோஷமாக இருக்கிறார்கள் அவர்கள். நம்மை வரவேற்கிறார்கள்! மகிழ்ச்சியாக இருக்கிறார்கள்! நமக்கும் அவருக்கும் எந்த சண்டையுமில்லை. ஆனால் அந்நாட்டின் ஆட்சியரும் நம் நாட்டின் ஆட்சியரும் சண்டையிட்டுக்கொண்டிருக் கலாம். அவர்களுக்கு வேறு பிரச்சனை இருக்கலாம். அதைப் போய் அந்த மக்களோடு இணைத்துப்பார்க்கக்கூடாது!

அதுபோல பழகுகிற விதம் என்பது மிகவும் முக்கியம். ஒரு மனிதனுடைய வாழ்க்கையிலே வெற்றி பெறுவதற்கு பல காரணங்கள் இருந்தால். அதில் முதல் மூன்று காரணங்களை எடுத்துக்கொண்டால் அவன் அறிவு ஆற்றல் ஆளுமை என்பதெல்லாமொரு காரணம். ஆனால் இத்தனையும் இருந்து நன்றாகப் பழகுகிற தன்மை மட்டும் அவனிடம் இல்லை யென்றால் அந்த முதல் மூன்று முக்கியமான மாபெரும் அம்சங்கள் பயனற்றுப்போகும்.

அறிவு ப்யன்படவேண்டுமென்றால், அழகாகப் பழக வேண்டும், அன்பாகப் பழக வேண்டும், உன்மையாகப் பழக வேண்டும்.

58

உயிருட்டி!

மொழியில் தேர்ச்சி பெறவேண்டும், கணிதத்தில் தேர்ச்சிபெற வேண்டும் என பல்வேறு விஷயங்களில் தேர்ச்சிபெறவேண்டும் என்று சொல்லுகிறார்கள். நான் சொல்வது அடுத்த வகுப்புக்குச் செல்லுவதற் காக பாடத்தில் தேர்ச்சி பெறுவதை அல்ல. அதில் பாண்டித்தியம் பெற வேண்டும்! புலமை பெற வேண்டும்! செய்வன திருந்தச்செய் என்பதுபோல நன்கு ஆழமாகக் கற்றுக்கொள்ள வேண்டும்! என்பதை.

அவ்வாறாக வரலாற்றில் தேர்ச்சி கொள்ள வேண்டு மென்பது மிகமிக முக்கியம்!

உதாரணத்திற்குச் சொல்லவேண்டும் என்றால், எனக்கு ஒரு ஏக்கர் நிலம் இருக்கிறது என்று வைத்துக் கொள்ளுங்கள். இந்த ஒரு ஏக்கர் நிலம் பெறுவதற்கு, விலைக்கு வாங்குவதற்கு நான் பட்ட கஷ்டம் என்ன? எனக்கு ஏற்பட்ட இன்னல்கள் என்ன? நான் சந்தித்த சவால்கள் எவை? நான் நெற்றி வியர்வை நிலத்தில் சிந்த இரவும் பகலும் என்று பாராமல் உழைத்தேனே, சல்லி சல்லியாக காசு சம்பாதித்து கடைசியில் இந்த ஒரு ஏக்கர் நிலம் வங்கினேனே, அந்த ஒரு ஏக்கர்

நிலம் என்பது என் கனவல்லவா..! என் வாழ்க்கையிலே கொண்டாட வேண்டிய ஒரு விஷயம் அல்லவா! இந்த ஒரு ஏக்கர் நிலத்தில் எத்தனையாயிரம் வியர்வைத் துளிகள் பதிந்து கிடந்திருக்கும்... இந்தச் செய்தியை எனது மகனுக்கும் எனது பேரப்பிள்ளைகளுக்கும் சரியாகச் சொல்லிவிட்டால் மட்டும்தான் அந்த ஒரு ஏக்கர் நிலத்தை அவன் பாதுகாப்பான்!

சில பெற்றோர்கள் இப்போது என்ன நினைக்கிறார்கள் என்றால், "நான் பட்ட கஷ்டம் என்னோடு போகட்டும் என் மகனுக்கு என் கஷ்டமே தெரிய வேண்டாம்" என்று. உன் கஷ்டம் மட்டுமல்ல, உன் அப்பன், பாட்டன், முப்பாட்டன் பட்ட கஷ்டத்தையும் உன் மகனுக்குச் சொல்லவேண்டும். உன் பேரனுக்குச் சொல்லவேண்டும்.

அப்போதுதான் அந்த ஒரு ஏக்கர் நிலத்தைப் பாதுகாக்க வேண்டுமென்று அவன் கருதுவான். இல்லையென்றால் விற்று ஊதாரித்தனமாகச் செலவிட்டுவிடுவான்.

அவன் அந்த மண்ணை மதிக்க வேண்டுமென்றால், அந்த மண்ணின் வரலாறு தெரிய வேண்டும் அதை எப்படி வாங்கினான் என்ற வரலாறு தெரியவேண்டும். அதுபோலத்தான் இந்திய விடுதலைப் போராட்ட வரலாறும்!

இந்திய விடுதலைப்போராட்டம் எப்படி நடந்தது. எத்தனை பேர் செத்து மடிந்தார்கள். எத்தனையாயிரம் பேர் தூக்கிலே தொங்கினார்கள். எத்தனைபேர் துப்பாக்கித் தோட்டாவிற்கு இரையானார்கள், எத்தனைபேர் குழந்தைகுட்டிகளை இழந்தார்கள், சொத்துசுகங்களை இழந்தார்கள், குடும்பத்தையே இழந்தார்கள் என்ற சோகக்கதையை அடுத்த தலைமுறைக்கு நாம் சொல்லித்தர வேண்டாமா? அப்படிச் சொல்லித்தந்தால்தான் "ஓ... இப்படிப் பெற்ற சுதந்திரமா இது! இத்தனை விலைகொடுத்துப் பெற்ற சுதந்திரமா இது! இத்தனை மாமனிதர்களை இழந்து பெற்ற சுதந்திரமா இது!" என்று இந்த சுதந்திரத்தையும் மதிப்பார்கள், நாட்டையும் மதிப்பார்கள், நாட்டின் மக்களையும் மதிப்பார்கள். மதிப்பது மட்டுமல்ல அடுத்த இடத்திற்கு நாட்டை எப்படி எடுத்துச் செல்லவேண்டும் என்று சிந்திப்பார்கள். ஆகவே வரலாறு என்பது நாட்டுக்கும் தேவை, வீட்டுக்கும் தேவை!

"கடந்தகால இந்தியாவைப் படிப்போம். எதிர்கால இந்தியா வைப் படைப்போம்!" என்ற முழக்கத்தை மக்கள் சிந்தனைப்

பேரவை சார்பாக ஈரோடு புத்தகத்திருவிழாவில் நாங்கள் முன் வைத்தோம். கடந்த கால இந்தியாவை எதையுமே படிக்கா விட்டால் எதிர்கால இந்தியாவைப் படைக்கவே முடியாது.

இதிலொரு கருத்தை நான் பதிவுசெய்ய விரும்புகிறேன், அரவிந்தர் ஒரு கருத்தை சொல்லியிருக்கிறார். "எந்த தேசத்தில் வரலாற்றுப் பெருமிதம் கொண்ட இளைஞர்கள் அதிகமாக இருக்கிறார்களோ, எந்த தேசத்தில் நிகழ்காலம் குறித்த கவலை கொண்ட இளைஞர்கள் அதிகமாக இருக்கிறார்களோ, எந்த தேசத்தில் எதிர்காலம் குறித்த கனவுகளைச் சுமந்துகொண்டிருக்கிற இளைஞர்கள் அதிகமாக இருக்கிறார்களோ அந்த தேசத்தின் வளர்ச்சியை யாராலும் தடுத்துநிறுத்திவிட முடியாது" என்று!

ஆம். வரலாற்றுப் பெருமிதம் கொண்ட இளைஞர்கள் எந்த தேசத்தில் அதிகமாக இருக்கிறார்களோ, அந்த தேசம் வெற்றி அடையும். சிலபேர் வரலாறே வேண்டியதில்லை என்கிறார்கள். வரலாறு செத்துப்போன விஷயம் என்கிறார்கள்.

வரலாறுதான் நம்மை உயிரோடு வைத்துக்கொண்டிருக்கிற விஷயம்..!

59

உழைப்பின் சுவை!

உழைக்க உழைக்க இன்பம்!
இதை உண்மையாக உழைத்துப் பார்ப்பவனால்தான் உணர முடியும்..!

அந்த உழைப்பு நன்மை செய்வதற்கான உழைப்பாக இருக்கவேண்டும். அதனால் சமூகத்திற்கு ஒரு நன்மை கிடைக்க வேண்டும். அல்லது அவனுக்கே கிடைத்தாலும்கூட அது நியாயமானதாக இருக்க வேண்டும்.

சிலபேர் தீய விஷயத்திற்காக உழைத்துக்கொண்டிருப்பார்கள். அவர்களும் கடுமையாகத்தான் உழைப்பார்கள். ஆனால் நோக்கம் மிகக்கொடூரமானதாக இருக்கும். அந்த உழைப்பை நாம் உழைப்பென்று ஏற்றுக்கொள்ள முடியாது. அதை உழைப்பு என்று சொல்லுவதற்கு பதிலாக நாகரீகமான திருட்டு என்றுகூட சொல்லலாம்.

எல்லா உழைப்பும் உழைப்பல்ல. உண்மையான, நல்ல விளைவுகளை ஏற்படுத்தக்கூடுவதே உழைப்பு! அப்படி உழைக்க உழைக்க அதனால் சமூகத்திற்கு நன்மை கிடைக்கிறது என்பதைப் பார்க்கப் பார்க்க

மகிழ்ச்சியடைவது இருக்கிறதே... உள்ளபடியே அதற்கு நிகரான மகிழ்ச்சி வேறு எதிலும் கிடைக்காது.

ஆகவே உழைப்பு என்பது எவ்வளவு மகத்தானது என்பதை உலகத்தில் இருக்கிற பெரும் தலைவர்கள் அத்தனைபேரும் சொல்லியிருக்கிறார்கள் என்பது மட்டுமல்ல அவர்களெல்லாம் பெரும் தலைவர்கள் ஆனதற்கே உழைப்புதான் காரணம்.

எத்தனையோ உதாரணங்களைச் சொல்லலாம். உழைப்பு பற்றி ஒரு உலகப்புகழ்மிக்க புத்தகத்தை எழுதியவர்தான் காரல் மார்க்ஸ். அந்தப் புத்தகத்துக்குப் பெயர்தான் மூலதனம்..!

ஆனால் அந்தப் புத்தகத்தை எழுதிவிட்டாரென்றால் இரவென்றும் பகலென்றும் பாராமல் பல்லாண்டுகள் கண்விழித்து எழுதிவிட்டார்! அதில் சரித்திரம் இருக்கிறது; பூகோளமிருக்கிறது; அத்தனையும் இருக்கிறது. ஆனால் அத்தனையையும் எழுதி முடித்துவிட்டு கையெழுத்துப்பிரதியாக கையில் வைத்துக் கொண்டு, அதை இன்னொரு நகரத்துக்கு கொண்டுபோய் அச்சடிக்கக் கொடுக்க வேண்டும்.

பார்த்தால் எழுதிவைத்திருப்பது அவ்வளவு கணமாயிருக் கிறது. அதை எழுதுவதற்கு முன்பு அவர் பட்ட சிரமம் பட்ட துயரம், வறுமை, பசி பட்டினிக் கொடுமை அதெல்லாம் வர்ணிக்க முடியாத அளவுக்கு இருந்தது. அதையும் மீறி உழைத்தார். தன்னுடைய மூன்று குழந்தைகள் வரிசையாக இறந்தன, அதையும் மீறி உழைத்தார். அதை எடுத்துச் செல்ல வேண்டும். கையில் காசு இல்லை. வாகனக் கட்டணம் கையில் இல்லை. நகரத்திற்குச் சென்று அச்சிடுவதற்கு கொடுக்க வேண்டும். அதற்கும் காசில்லை. அங்குபோய் ஒருவாரம் பத்து நாள் தங்கவேண்டும். அச்சுக் கோர்க்கும் இடத்திலே கொஞ்சம் பக்கத்திலே இருந்து உதவி செய்யவேண்டும். தங்குவதற்கும் காசு இல்லை. அவரது நண்பர் ஃபிரடிரிக் ஏங்கல்ஸ்க்கு ஒரு கடிதம் எழுதுகிறார்.

"ஐயா நான் நினைத்த அத்தனையும் தயாரித்துவிட்டேன். என் உழைப்பு பூராவும் காகிதமாகக் கிடக்கிறது. அதைக்கொண்டு போய் ஓரிடத்திலே கொடுக்கவேண்டுமென்றால் காசு இல்லை. இன்னொரு வேடிக்கை நான் இங்கிருந்து செல்லவேண்டுமென்றால் கோட் போட வேண்டுமல்லவா, ஒரு வாட்ச் கட்டவேண்டு மல்லவா. இந்த இரண்டும் எனக்கு எப்போதும் அவசியம்.

ஏனென்றால் நேரம் தவறாமைக்கு நான் உதாரணமாகத் திகழக் கூடியவன். ஆனால் அந்த வாட்சையும் கோட்டையும் நான் அடமானம் வைத்துவிட்டேன். ஆகவே அந்த வாட்சையும் கோட்டையும் எடுக்கவேண்டுமென்றாலும் எனக்குக் காசு வேண்டும். பயணச் செலவுக்கும் வேண்டும். அங்குபோய் ஒரு வாரகாலம் தங்குவதற்கு பணம் வேண்டும்."

இவ்வாறு கடிதம் எழுதுகிறார். அந்தக்கடிதம் இன்றும் ஆவணமாக இருக்கிறது. ஏங்கல்ஸ் கடிதத்துக்கு பதில் எழுதுகிற போது தொகை அனுப்புகிறார். அதற்குப்பிறகுதான் அந்த உழைப்புச் செல்வமாக இருக்கிற அந்த புத்தகத்தை கையிலெடுத்துக் கொண்டுபோய்ச் சென்று நகரத்தில் அச்சிடக் கொடுக்கிறார்.

உழைப்பைப்பற்றி உலகத்திலேயே அதிக உழைப்பைச் செலுத்தி எழுதிய மாமனிதன் காரல்மார்க்ஸ்... அந்தப் புத்தகத் தைக் கொண்டுபோய் அச்சிடுவதற்கு காசு இல்லாத காலத்திலேகூட அந்த உழைப்பை எப்படி நேசித்திருப்பார்..?

தன் உழைப்பை மட்டும் அவர் நேசிக்கவில்லை, உலகம் பூராவிலும் உழைத்துக்கொண்டிருக்கிற மனிதர்கள் அத்தனை பேரின் உழைப்பையும் நேசித்ததால்தான் தன் முழு வாழ்வையும் அர்ப்பணம் செய்து முழு உழைப்பையும் செலுத்தி அந்த மகத்தான காலப்பெட்டகத்தை தயார் செய்தார்.

ஆனால் உழைப்பு உழைப்புத்தான். அதுவும் நமக்காக உழைப்பதைவிட நாட்டுக்காக உழைப்பது, சமூகத்துக்காக உழைப்பது, மக்களுக்காக உழைப்பது என்பதில் ஒரு பேரானந்தம் இருக்கிறது. அதை அனுபவித்துப் பார்த்தால்தான் தெரியும்.

உழைப்பு! உழைப்பு! உழைப்பு! என்று சொல்லுகிறோ மல்லவா... அதைத்தான் நம் முன்னோர்கள்... நாளெல்லாம் வினை செய் என்றார்கள்!

60

ஓடி விளையாடு!

கல்விக்குக் கொடுக்கக்கூடிய முக்கியத்துவத்திற்கு இணையான முக்கியத்துவம் விளையாட்டிற்கும் கொடுக்கப்படவேண்டும்!

ஓடி விளையாடு பாப்பா
நீ ஓய்ந்திருக்கலாகாது பாப்பா...
காலை எழுந்ததும் படிப்பு
மாலை முழுதும் விளையாட்டு...
இது பாரதியினுடைய கூற்று.
இதில் அடிக்கோடிட வேண்டிய இடம், "மாலை முழுதும்" என்பது..!

மாலை முழுவதும் விளையாட்டு என்றால், விளையாட்டு மைதானத்தைப்போய் பார்த்துவிட்டு வருவது அல்ல... விளையாட்டு மைதானத்தில் கிடப்பது; அங்கேயே பயிற்சி எடுப்பது; அந்த விளையாட்டையும் விளையாட்டு மைதானத்தையும் நேசிப்பது...!

கல்வியில் மதிப்பெண்கள் ரொம்ப ரொம்ப முக்கியம் தான். அதன் முக்கியத்துவத்தை சிறிதும் குறைத்து மதிப்பிட முடியாது. அடுத்த இடத்திற்கு கல்லூரியில் காலெடுத்து வைக்கிறபோது மதிப்பெண் அட்டையைப் பார்த்துத்தானே நான் உள்ளே வரவேண்டுமா வேண்டாமா என்பதை அவர்கள் முடிவு செய்கிறார்கள்.

ஆனால் மதிப்பெண்கள் எவ்வளவு முக்கியமோ, அதைவிட முக்கியம் வாழ்வின் மதிப்புகள். HUMAN VALUES..!

தாய் தந்தையரை மதிப்பது. தாய் நாட்டை மதிப்பது. மூத்தோரை மதிப்பது. நல்லோரை மதிப்பது என்ற பண்புகள் வேண்டாமா..? இந்தப் பண்புகள் ஒரு மனிதனுக்குக் கட்டாயம் வேண்டும்.

அதேபோல எந்த மனிதன் நல்ல உடற்கட்டோடு ஆரோக்கிய மாக இருக்கிறானோ அவனுக்குத்தானே ஆரோக்கியமான மனது இருக்கும். ஆரோக்கியமான உடலிற்கும், ஆரோக்கியமான மனதிற்கும் சம்பந்தம் இருக்கிறதென விவேகானந்தர் சொல்லி யிருக்கிறார்.

'நீ எந்த அளவிற்கு ஆண்டவனுக்குப் பூஜை செய்கிறாயோ அதை விட விளையாட்டு மைதானத்தில் விளையாடினால் எனக்குப் பிடிக்கும்' என்கிறார். 'நீ கால்பந்து விளையாட்டு வீரனாக இருந்தால் நான் உன்னைக் காதலிக்கிறேன்' என்று கூட சொல்லியிருக்கிறார். ஆகவே நா, பேனா அதாவது பேச்சு, எழுத்து இரண்டும் உலகை ஆளும் என்று சொல்லுவார்களே, அதுபோலவே கல்வி, விளையாட்டு இரண்டும்!

ஆரோக்கியமான மனிதன்தானே அதிக நாட்கள் வாழ முடியும். இவனது அறிவு பிற மக்களுக்குப் பயன்பட வேண்டு மென்றால் அதிக நாட்கள் இவன் வாழ்ந்தால்தானே சாத்தியம். இந்நேரம், பாரதி மட்டும் இரவீந்திரநாத் தாகூர் போல, எண்பதாண்டு காலம் நம்மிடம் வாழ்ந்து மறைந்திருந்தால், எத்தனை ஆயிரம் இலக்கியங்கள் தமிழுக்குக் கிடைத்திருக்கும்! தமிழ் எந்த மகுடத்தைச் சென்றடைந்திருக்கும் என்பதைச் சிந்தித்துப் பாருங்கள்!

மக்கள் கவிஞர் பட்டுக்கோட்டை கல்யாணசுந்தரம் 29 ஆம் வயதிலேயே மரணமடைந்தார். முன்னாள் முதலமைச்சர் எம்.ஜி.ராமச்சந்திரன் அவர்கள் முதல்வர் நாற்காலியில் அமர்ந்த பிறகு என்ன சொன்னார் தெரியுமா...?

"என் நாற்காலியின் நான்கு கால்களில் ஒரு கால்... மக்கள் கவிஞன் பட்டுக்கோட்டை" என்றார்!

அந்த அளவிற்கு மக்கள் கவிஞன் பட்டுக்கோட்டையின் புரட்சிகரமான பாடல்கள் மக்களைத் தட்டியெழுப்பின.

தூங்காதே தம்பி தூங்காதே
சோம்பேறி என்ற பெயர் வாங்காதே...

உடல் ஆரோக்கியத்திற்கு இதுதானே அருமையான பாடல்.

எல்லோரும் கல்விக்கு முக்கியத்துவம் கொடுக்கிறார்கள். அது சரிதான். அதில் பலர் குறிப்பாக மனப்பாடம் செய்யும் கல்விக்கு முக்கியத்துவம் கொடுக்கிறார்கள். அதை நாம் ஏற்பதில்லை. கல்வி என்பது அதையும் தாண்டியது.

இரண்டு கண்கள் என்றால் ஒரு கண் கல்வி, இன்னொரு கண் உடல் ஆரோக்கியம். ஆகவே உடல் ஆரோக்கியத்தைப் பேணுவது, பெற்றோராலும் ஊக்கப்படுத்தப்பட வேண்டும் ஆசிரியப்பெருமக்களாலும் வகுப்பறையில் மாணவர்களுக்கு பாடம் சொல்லித்தருகிறபோதே இடையிடையே அவன் ஆரோக்கியமாக வாழ்வதற்கான வழிவகைகள் சொல்லித்தரப்பட வேண்டும். எக்காரணம் கொண்டும் சின்ன வயதிலே கெட்டு விடாமல், திசை திரும்பிவிடாமல் உடல் ஆரோக்கியத்திற்கு தீங்கான விஷயங்களில் ஆட்பட்டுவிடாமல் அந்த மாணவனைப் பாதுகாப்பதற்கு ஆசிரியர், அத்தனை வித்தைகளையும் செய்துவிட வேண்டும். அப்போதுதான் சமுதாயம் உருப்படும்

61

தன்னம்பிக்கை ஊற்று!

திருக்குறள் தமிழர்களின் அடையாளமாக இருக்கிறது. திருக்குறள் புத்தகம் தமிழகத்தின் அனைத்து குடி மக்களின் வீடுகளிலும் இருக்கவேண்டிய காலப் பெட்டகம்!

எத்தனையோ வெளிநாட்டு அறிஞர்கள் தமிழில் இருக்கக்கூடிய திருக்குறளை அவர்கள் மொழியாக இருக்கிற லத்தின் மொழியிலும் ஆங்கிலமொழியிலும் இரஷ்ய மொழியிலும் ஜப்பான் மொழியிலும் சீன மொழியிலும் என பல்வேறு மொழிகளில் மொழி பெயர்த்திருக்கிறார்கள்.

மூத்த தமிழறிஞர் கி.ஆ.பெ.விஸ்வநாதன் ஒரு ஆழ்ந்த ஆய்வுக்கட்டுரையிலே சொல்லியிருக்கிறார்... "ஒரு மொழியிலே இருந்து வேறு மொழிகளுக்கு மொழிபெயர்க்கப்பட்டிருக்கிற நூல்கள் என்ற ஒரு தொகுப்பை உலகம் முழுவதிலும் தயாரித்தால், அதில் முதல் இடத்தைப் பெறுவது பைபிள். இரண்டாவது இடத்தைப் பெறுவது குரான். மூன்றாவது இடத்தைப் பெறுவது திருக்குறள்.

முதல் இடமும் இரண்டாவது இடமும் சமயம் சார்ந்த நூல்களுக்கு செல்கின்றன. ஆனால் ஒரு நீதி

நூலாக, ஒரு இலக்கிய நூலாக, ஒரு வாழ்வியல் நூலாக, சாதி சாராமல், சமயம் சாராமல் அத்தகைய சிறப்பைப் பெற்றுள்ளது திருக்குறள். மேலும், மொழிகூட சாராதது திருக்குறள்! ஏனென்றால் திருக்குறளின் *1330* அருங்குறட்பாக்களிலும் ஒரே ஒரு இடத்தில் கூட தமிழ் என்ற சொல் இல்லை; தமிழகம் என்ற சொல் இல்லை; தமிழ்நாடு என்ற சொல் இல்லை! ஆனால் உலகம் என்ற சொல் பல இடங்களில் இருக்கிறது.

அகர முதல எழுத்தெலாம்
ஆதிபகவன் முதற்றே உலகு

என்ற முதல் குரலிலேயே உலகு என்ற சொல் இருக்கிறது. ஆகவே தமிழனால் இயற்றப்பட்ட நீதி நூலாக இருக்கிற திருக்குறள், தமிழனுக்காக மட்டுமே இயற்றப்படவில்லை. அது அகில உலகத்திற்காக இயற்றப்பட்டது என்பதற்கான சான்று இது. ஆகவே சாதி சமயமற்ற பொது நிலையிலிருக்கிற அற நூலாக இருக்கிற திருக்குறள் உலகத்தின் அத்தனை மொழிகளிலும் மொழி பெயர்க்கப்பட்டிருக்கிறது என்பது தமிழர்களுக்குப் பெருமை! ஆகவே அத்தகைய திருக்குறள் மாணவச்செல்வங்களுக்கு, இளைஞர்களுக்கு ஒப்படைக்கப்பட வேண்டும்!

"நீ என்னவாக நினைக்கிறாயோ அதுவாகாகவே ஆகிறாய்" என்று செங்காவிச்சிங்கம் வீரத்துறவி விவேகானந்தர் சொல்லி யிருக்கிறார்.

150 ஆண்டுகள் ஆயிற்று விவேகானந்தர் தோன்றி. ஆனால் ஈராயிரம் ஆண்டுகளுக்கு முன்பே

எண்ணிய எண்ணியாங்கு எய்துப எண்ணியார்
திண்ணியராகப் பெரின்

என்கிறார் வள்ளுவர்! நீ என்னவாக விரும்புகிறாயோ அதுவாகவே ஆகிறாய்... எப்போது? அவ்வாறு எண்ணிவிட்டு நிம்மதியாக தூங்கிவிட்டப் பிறகா? இல்லை.

நீ என்ன எண்ணினாயோ அந்த எண்ணத்தை நெஞ்சின் அடியாழத்திலே கல்வெட்டுப்போல் பதிய வைத்துக்கொள்ள வேண்டும். பதிய வைத்துக்கொண்டால் மட்டும் போதாது. அந்த எண்ணத்தை ஈடேற்றுவதற்காக கடினமாக உழைக்கவேண்டும். இரவென்றும் பகலென்றும் பாராமல் உழைக்கவேண்டும்.

கடினமாக உழைத்தால் மட்டும் போதாது நுட்பமாக உழைக்க வேண்டும். இடையறாமல் உழைக்க வேண்டும்.

சோர்வின்றி உழைக்க வேண்டும். உற்சாகத்தோடு உழைக்க வேண்டும். உத்வேகத்தோடு உழைக்கவேண்டும். அவ்வாறு உழைத்தால் நீ என்னவாக நினைக்கிறாயோ அதுவாகவே ஆகிறாய்.

நீ டாக்டராக நினைத்தால் டாக்டராக ஆகிறாய். நீ அரசியல் மேதையாக நினைத்தால் அரசியல் மேதையாக ஆகிறாய். அறிவியல் மேதையாக நினைத்தால் அறிவியல் மேதையாக ஆகிறாய்.

ஆகவே அத்தகைய நன்னம்பிக்கையை, தன்னம்பிக்கையைத் தரும் நூல் திருக்குறள்!

நீங்கள் தன்னம்பிக்கைப் புத்தகங்களைத் தனியாக வாசிக்க வேண்டியதில்லை. திருக்குறளை, 1330 அருங்குறட்பாக்களை திரும்பத்திரும்ப வாசித்து நெஞ்சத்தின் அடியாழத்தில் பதிவு செய்துகொண்டால் அதுவே தன்னம்பிக்கை கொடுப்பதற்கு சிகரமாகத் திகழும் என்பதில் சந்தேகமில்லை.

62

புதியன விரும்பு!

நாம் புதியன விரும்புகின்றோம். புத்தம் புதியன விரும்புகின்றோம்.

"பழையன கழிதலும் புதியன புகுதலும்!" என்பது எவ்வளவு அருமையான சொற்றொடர்கள்..!

பழையன கழிய வேண்டும். புதியன புகுந்துகொள்ள வேண்டும். புதியன ஆராதிக்கப்படவேண்டும். புதியன ஆமோதிக்கப்பட வேண்டும். புதியன ஆதரிக்கப்பட வேண்டும். ஆகவே, புதியன வேண்டும் புதியன வேண்டும் என்று சொல்லுகிற போது பழையன அத்தனையையும் மறந்துவிடவேண்டும் என்பதில்லை. பழையவற்றில் இருக்கிற நல்ல விஷயங்களை எடுத்துக்கொண்டு, அந்த அனுபவங்களையெல்லாம் உள்வாங்கி, அதையெல்லாம் அடிப்படையாக வைத்து, புதியவற்றை நோக்கி நம்மையும் இட்டுச்செல்லுதல் நாட்டையும் இட்டுச் செல்லுதல். அதைத்தான் புதியன விரும்பு என்கிறோம்.

புத்தம் புதிய சமுதாயத்தைப் படைக்கவேண்டும். குடும்பத்தில் புதிய சிந்தனை புகுத்தப்பட வேண்டும். என்பது போன்ற கருத்துகள் இங்கு மட்டுமல்ல உலகம் முழுவதிலும் எங்கெல்லாம் புதுமை வரவேற்கப்படுகிறதோ அங்கெல்லாம் வளர்ச்சி ஏற்படுகிறது.

புதுமை என்ற பெயரில் இப்போது பல விஷயங்கள் சொல்லப்படுகிறது. அதைத் தவறாகப் புரிந்துகொண்டால் அதைவிட ஆபத்து ஒன்றுமில்லை. எதை வேண்டுமானாலும் செய்வது புதுமையாகி விடாது!

இலக்கணத்தோடு செய்வது, அதே சமயத்தில் முற்போக்காகச் செய்வது, முன்னேற்றத்துக்கு அடித்தளமான விஷயத்தைச் செய்வது பண்பு மாறாமல் செய்வது.

பண்பாடு என்பது மிகமிக முக்கியம். ஆகவே புதியன விரும்பு என்று சொல்லுகிறபோதே, பண்பாட்டை மறக்காமல் பண்பாட்டை மறுதலிக்காமல், நம்முடைய முன்னோர்கள் சொல்லி யிருக்கிற நல்ல விஷயங்களை அடித்தளமாகக் கொண்டு, அடுத்த இடத்திற்கு இட்டுச் செல்லக்கூடிய புதுமையை விரும்ப வேண்டும்.

உதாரணமாக அறிவியல் புதுமைகள் ஏராளமாக அயல் உலகத்தில் தோன்றின. தோன்றுகிறபோது அதற்கு ஏராளமான மறுப்புகளும் தோன்றின. ஆனால் கடைசியிலே நியாயமான புதுமை வெற்றி கண்டதல்லவா...?

உலகம் உருண்டை என்ற ஒரு புதிய கருத்தினைச் சொன்ன போது எத்தனை பாதிப்புக்கு உள்ளானான்? எத்தனை சவுக்கடி களைப் பெற்றான், எத்தனை பேர் நெருப்பில் கொளுத்தப்பட்டனர்? எத்தனை பேர் மிகப்பெரிய இன்னல்களுக்கு ஆட்படுத்தப் பட்டார்கள் என்பதெல்லாம் நமக்குத்தெரியும்! அறிவியல் வரலாற்றில் அத்தனையும் சொல்லப்பட்டிருக்கிறது. அதுபோல அறிவியல் உண்மைகள் சொல்லப்பட்ட தொடக்க காலத்தி லெல்லாம் அது ஏற்றுக்கொள்ளப்படாததாக இருந்திருக்கிறது. அதற்குப் பிறகு அகில உலகமே ஏற்றுக்கொண்டது மட்டுமல்ல, இப்போது என்ன சொல்லுகிறார்கள் என்றால், "அந்தக் காலத்தில் நாங்கள் ஏற்றுக்கொள்ளாமல் இருந்ததற்கு இப்போது வருந்து கிறோம்" என்று சொல்லத் தொடங்கியிருக்கிறார்கள். 'எப்போதோ அந்தப் புதுமையை நாங்கள் ஏற்றுக்கொள்ளவில்லை இப்போது யோசித்துப்பார்க்கிறோம் நாங்கள் அந்தக்காலத்தில் ஏற்றுக் கொள்ளாமல் இருந்தது தவறு என்று சிந்திக்கிறோம்' என்று பகிரங்கமாக சொல்லத் தொடங்கியிருக்கிறார்கள் என்றால் புதுமைக்கு எவ்வளவு வலிமை இருக்கும்!

ஆகவே புதுமையை விரும்பவேண்டும். அந்தப் புதுமை எல்லோருக்கும் நன்மை பயக்கத்தக்க நல்ல புதுமையாகத் திகழ வேண்டும்!

63
பெரிதினும் பெரிது!

வரலாற்றில் எத்தனையோ மாமன்னர்கள் போற்றப் படுகிறார்கள். மிகவும் சிறப்பிக்கப்படுகிறார்கள். வரலாற்றில் அவர்களுக்கென்று ஒரு தனி இடம் உண்டு. உதாரணத்திற்குச் சொல்லவேண்டு மென்றால்... அலெக்சாண்டர்!

அலெக்சாண்டர் என்ற பெயரை உலகெங்கிலும் உச்சரிக்கிற பள்ளிக்குழந்தைகள்கூட வெறும் அலெக்சாண்டர் என்று உச்சரிக்கமாட்டார்கள். அலெக்சாண்டர் த கிரேட்! என்றுதான் சொல்லுவார்கள். தமிழ்க் குழந்தைகள் மாவீரன் அலெக்சாண்டர் என்று தான் சொல்லுவார்கள். சிலரது பெயரிலேயே அது ஒட்டிவிடும். அது பெயர் போலவே ஆகிவிடும்.

அலெக்சாண்டர் த கிரேட் - அப்படியென்றால் உலகப்புகழ்மிக்க மாவீரனாகத் திகழக்கூடியவன் அலெக்சாண்டர்...!

எத்தனையோ நாடுகளை வெற்றிகண்டவன். அவ்வாறு வெற்றி மேல் வெற்றி வந்து குவிந்த பிறகு, அவனுக்கு ஒரு பாராட்டு நிகழ்ச்சியை ஒரு மாமன்னர் வைக்கிறார். அந்தப் பாராட்டு நிகழ்ச்சியிலே ஒரு அழகான பரிசு கொடுக்கிறார். அந்தப் பரிசு,

ஏதாவது ஒரு பொருளை வைத்துக்கொள்வதற்கான ஒரு தங்கப் பேழை..!

அந்த பரிசைப் பெற்றுக்கொண்டு தன் இருப்பிடத்திற்கு வந்தபிறகு, அந்த அழகான தங்கப்பேழையை ஒரு மேசையின்மீது வைத்து "ரெம்ப அழகான, நுட்பமான வேலைப்பாட்டுடன் இருக்கிறதே, நீங்களெல்லாம் என்ன சொல்லுகிறீர்கள்?" என்று நண்பர்களைப் பார்த்துக் கேட்டார்.

"ஆமாம்! வியக்கத்தக்க அழகு!"

"உங்களுக்குக் கொடுப்பதற்காகவே மிகுந்த வேலைப் பாட்டுடன் பார்த்துப் பார்த்துச் செய்திருக்கிறார்கள்." என்று ஒவ்வொருவரும் வர்ணிக்கிறார்கள்.

இது வரலாற்றில் நடந்த சம்பவம்!

கடைசியில் அலெக்சாண்டர் கேட்கிறார் ஒரு கேள்வி... "இந்தப் பேழையில் ஏதாவது ஒரு பொருளை வைக்கவேண்டும். வெறும் பேழை அர்த்தமற்றது. அந்தப் பொருள் எதுவாக இருந்தால் பொருத்தமாக இருக்கும்?" என்று.

ஒவ்வொருவரும் ஒவ்வொன்றைச் சொல்லுகிறார்கள். கடைசியில் அலெக்சாண்டர், "உலகமே பார்த்து வியக்கத்தக்க நுட்பமான வேலைப்பாடுகளுடைய, எனக்குப் பரிசாகக் கொடுக்கப்பட்ட இந்த பேழையில்... ஹோமர் என்ற உலகப் புகழ்மிக்க காவியத்தந்தையின் காவியமாக இருக்கிற இலியட் என்ற காவியப்புத்தகத்தை வைத்தால்தான் அதற்கு சரியான பொருத்தமாக இருக்கும்" என்று சொன்னார்.

அதிர்ந்துபோனார்கள் மற்றவர்கள்.

"என்ன சொல்லுகிறீர்கள்! புத்தகத்தை வைப்பதா..?"

"நான் புத்தகத்தை வைக்கவேண்டும் என்று சொல்லவில்லை. மாபெரும் காப்பியத்தை வைக்கவேண்டும் என்று சொல்லுகிறேன்." என்றார்.

அவ்வளவு அற்புதமான; அர்த்தமிக்க; உலகத்துக்கு ஆயிரம் செய்திகளைச் சொல்லக்கூடிய; கற்போர் வியக்கத்தக்க ஆழமான கருத்துகளைக் கொண்டது ஹோமரின் இலியட்!

அதை வாசிக்கவேண்டாமா...? மனிதனென்றால் அதை வாசிக்கவேண்டுமல்லவா...? அதை எதில் வைப்பது. தங்கத்தைவிட,

வைர வைடூரியத்தைவிட அவருக்குக் கொடுக்கப்பட்ட பரிசைவிட சிறந்ததான ஒன்றைத்தானே அதில் வைக்கமுடியும். அப்படியென்றால்... மிகச்சிறந்த புத்தகங்களை மட்டும்தான் இத்தகைய மிகச்சிறந்த பரிசுகளின் மீது வைக்கத் தகுதி படைத்தவை..!

ஏனென்றால் புத்தகங்கள்தான் உலகத்தை மாற்றி அமைக்கின்றன. புத்தகங்கள்தான் சிறந்த மனிதனை உருவாக்குகின்றன. புத்தகங்கள்தான் அனைவருக்கும் ஆக்கமும் ஊக்கமும் தருகிறது...!

64

மொழிதலும் எழுதுதலும்!

இப்போதெல்லாம் ஆரம்பப் பள்ளிக்கூடங்கள், தொடக்கப்பள்ளிக்கூடங்களிலே நல்ல கல்வி சிறந்த கல்வி கொடுப்பதற்கான முயற்சிகள் மேற்கொள்ளப் படுகின்றன. ஆனால் சில சமயங்களில் மாணவர்கள் பள்ளி வாழ்க்கையை முடித்து கல்லூரியிலே காலெடுத்து வைத்து கல்லூரியிலும் பட்டம்படித்து முடித்தபிறகும்கூட நல்ல முறையிலே, பிழையில்லா வகையிலே எழுதுவதற்கு பயிற்சியில்லாமல் இருக்கிறார்கள்.

ஆகவே, தொடக்ககாலத்திலே இருந்து வாக்கியத்தை அமைப்பதிலும் எழுதுவதிலும் அவர்கள் கவனம் செலுத்த வேண்டும். ஒரு வாக்கியத்தை எப்படி தொடங்கவேண்டும் தொடக்கத்தில் என்னமாதிரி சொற்கள் இருக்க வேண்டும் என்பது மாதிரியான பயிற்சிகள் சின்னஞ்சிறு வயதிலேயிருந்து கொடுக்கப்பட வேண்டும். அதற்கு ஆசிரியப்பெரு மக்கள் உறுதுணையாக இருக்க வேண்டும்.

இது ஒருபக்கம் இருந்தாலும் அதுபோல பேசுவதும் முக்கியம்!

தெளிந்த முறையிலே பேசவேண்டாமா...? நல்ல உச்சரிப்போடு பேசவேண்டாமா...? தமிழனாகப்

பிறந்திருக்கிறோம். தரணியெங்கும் 50க்கும் மேற்பட்ட நாடுகளில் தமிழர்கள் இப்போது வாழ்கிறார்கள். அப்படி இருக்கிறபோது, இரண்டுபேர் கலந்துரையாடுகிறபோது இயன்றவரை மற்ற மொழிச்சொற்கள் இடையில் புகுந்துவிடாமல்... சில சமயங்களில் தவிர்க்கமுடியாமல் ஓரிரு சொற்கள் வருமென்றால் அது பொறுத்துக்கொள்ளத்தக்கதுதான். காலப்பயிற்சியிலே அதிலிருந்து மீண்டுவரலாம்.

ஆனால், முடிந்த வரை தான் சொல்ல நினைக்கிற செய்தியை தெளிவாக சொல்ல வேண்டும் என்ற சிந்தனை முதலில் வேண்டு மல்லவா..? நான் என்ன நினைக்கின்றேனோ அந்த எண்ணம் யாரிடம் சொல்லுகின்றேனோ அவர்கள் நெஞ்சில் கல்வெட்டாய் பதிவதுபோல நிறுத்தி நிதானமாக, அழகான உச்சரிப்போடு சொல்லவேண்டாமா? அதற்காக செந்தமிழில் பேசவேண்டாம். யதார்த்தமாக, இயல்பாக நல்ல தமிழில் அழகாகப் பேசலாமே..!

அதைவிட்டுவிட்டு ஒருசொல் தமிழில், நான்கு சொல் ஆங்கிலத்தில், அப்புறம் சொல் உள்ளிருந்து வெளியே வரமாட்டேன் என்பதுபோல் சைகை செய்வது... என்பதெல்லாம் எதற்காக?

ஆங்கில வழிக்கல்வியில் படிக்கிறோம், ஆகவே தமிழ் தெரியாது என்றெல்லாம் சொல்ல இயலாது. ஏனென்றால், மகாகவி பாரதி ஆங்கில வழியிலே கல்வி கற்றவன் என்பதை மறந்துவிடக் கூடாது. இன்று பாரதியில்லை என்றால் தமிழ் இல்லை. அந்த அளவிற்கு தமிழுக்கு அடையாளமாக இருக்கிறான் பாரதி. ஆனால் அவன் ஆங்கில வழிக்கல்வியிலே கற்றவன். ஆகவே ஆங்கில வழிக்கல்வியிலே கற்றால் தமிழ் வராதா...?

தமிழ் வரக்கூடாது என்று நீங்கள் நினைத்துவிட்டால் வராது. வளரவேண்டுமென்று நினைத்துவிட்டால் வளரும். ஆகவே தெளிவாகப் பேசவேண்டும் அழகாகப் பேசவேண்டும். அதற்காக செயற்கையாகப் பேசவேண்டும் என்பதில்லை இயல்பாகப் பேசலாம். ஆனால் புரிகின்றாற்போல் பேசவேண்டும்; நிறுத்தி நிதானத்தோடு பேசவேண்டும்; ஒருசொல் இன்னொரு சொல் மீது வந்து விழாமல் பேசவேண்டும்; ஒரு சொல் இன்னொரு சொல்மீது வந்து சண்டையிடாமல் பேச வேண்டும்.; ஒரு சொல்லின் ஒரு பகுதி உடைந்து இன்னொரு சொல்லின் இன்னொரு பகுதியோடு வந்து ஒட்டிக்கொள்ளாமல் பேச வேண்டும்.

ஆகவே ஆசிரியப்பெருமக்கள் நல்ல மதிப்பெண் வாங்குகிறானா என்பதை மட்டும் பரிசோதிக்காமல் நன்றாகப் பேசுகிறானா, நன்றாக எழுதுகிறானா? நன்றாகக் கலந்துரையாடுகிறானா? அவன் உச்சரிப்பு நன்றாக இருக்கிறதா? அப்படி உச்சரிப்பு நன்றாக இல்லையென்றால் எப்படி உச்சரிக்க வேண்டும் என்பதுபோன்ற விஷயங்களையும் சொல்லித்தரவேண்டும்.

சின்னஞ்சிறு வயதிலேயிருந்து உச்சரிப்பின்மீதும் தமிழின் மீதும் சொற்களின் மீதும் ஒரு காதலை அவனுக்கே தெரியாமல் உருவாக்க வேண்டும். அப்போதுதான் அது சாத்தியம். அது ஆசிரியர் கையில்தான் இருப்பதாக நான் கருதுகிறேன். அடுத்தது பெற்றோர் கையில் இருப்பதாகக் கருதுகிறேன். மூன்றாவது சமூகத்தின் கையில் இருப்பதாகக் கருதுகிறேன். நான்காவது... அவன் கையில் இருப்பதாக நான் கருதுகிறேன்.

65

வெல்லும் தலைமை!

மேதகு முன்னாள் குடியரசுத் தலைவர் அப்துல் கலாம் அவர்கள், குடியரசுத் தலைவராகப் பொறுப் பேற்பதற்கு முன்பு மிக உயர்மட்ட அறிவியல் மேதையாகத் திகழ்ந்தார். அவர் பணியாற்றிக் கொண்டிருந்த இடத்தில் குறிப்பிடத்தக்க உதவி விஞ்ஞானி ஒருவர் பணியாற்றிக்கொண்டிருந்தார். நன்றாக வேலை செய்யக்கூடிய, கலாம் அவர்களின் நன்மதிப்பைப் பெற்ற இளம் விஞ்ஞானி அவர். கலாம் அவர்களைப் போலவே கடுமையாகப் பாடு படுபவர்.

ஒருநாள் கலாம் அவர்களின் அறைக்கு அந்த இளம் விஞ்ஞானி வந்து, "ஐயா, மாலை இரண்டு மணிநேரத்திற்கு முன்பே நான் வீட்டிற்குச் செல்ல வேண்டும். சிறப்பு அனுமதி வேண்டும்" என்று கேட்டார்.

"எதற்காக?" என்று கலாம் அவர்கள் கேட்டார்கள். ஏராளமான பணிகள் இருக்கின்றன ஆகவேதான் இந்தக் கேள்வியைக் கேட்டார்.

"இல்லை, இல்லை, நான்கைந்து நாட்களாகவே எனக்கு அனுமதி தேவைப்பட்டது கேட்கவில்லை.

இந்த ஊரில் பிரம்மாண்டமான ஒரு பொருட்காட்சி நடந்து கொண்டிருக்கிறது, இன்று கடைசி நாள். அதற்கு நான் என் குழந்தைகளை அழைத்துச் செல்லவேண்டும். அவர்கள் காத்திருப்பார்கள். ஆகவே கொஞ்சம் சீக்கிரம் நான் வீட்டிற்குச் செல்ல வேண்டும். அனுமதி கொடுங்கள்" என்று சொன்னபிறகு, "சரி. செல்லும்போது என்னிடம் தெரிவித்துவிட்டுச் செல்லுங்கள். ஒன்றும் பிரச்சனையில்லை" என்று கலாம் சொல்லிவிட்டார்.

ஆனால், சரியாக அந்த நேரம் ஆயிற்று, அந்த விஞ்ஞானி வரவில்லை. கலாம் அவர்களுக்கு இருப்பு கொள்ளவில்லை. "என்ன? அனுமதி கேட்டாரே, அதுவும் குழந்தைகளின் பெயரைச் சொல்லி அனுமதி கேட்டாரே, இன்னும் நமது அறைக்கே வரவில்லை" என. ஆய்வுக்கூடத்திலே இருக்கிறாரா? என்று எட்டிப்பார்த்தார் கலாம்.

தீவிரமாக வேலை செய்துகொண்டிருந்தார் அந்த இளம் விஞ்ஞானி.

'என்ன இப்படி வேலை செய்துகொண்டிருக்கிறாரே! சரி இன்னும் கொஞ்ச நேரம் பொறுத்துப்பார்க்கலாம்' என்று பார்த்தால்... மறுபடியும் அதேமாதிரி வேலைசெய்துகொண்டிருக் கிறார். ஈடுபாட்டோடு வேலைசெய்துகொண்டிருக்கிறார். அந்த வேலையிலே ஐக்கியமாகிவிட்டார்!

இரண்டு மூன்று முறை அந்த ஆய்வுக்கூடத்தை எட்டிப் பார்த்த கலாம், அவரையும் தொந்தரவு செய்ய விரும்பவில்லை. அவரது குழந்தைகளையும் ஏமாற்ற விரும்பவில்லை!

சிறிது நேரம் சென்ற பிறகு, அந்த இளம் விஞ்ஞானி, 'ஐயையோ இன்று சீக்கிரம் வீட்டுக்கு வருவதாக குழந்தைகளிடம் சொன்னோமே. மெய்மறந்து நம் வேலையில் ஈடுபட்டுவிட்டோமே. இன்று கடைசி நாள் பொருட்காட்சி ஆயிற்றே' என்று, வேறு என்ன செய்வதென்று தெரியாமல் துள்ளிக்குதித்து, தன் குழந்தை களிடம் வருத்தம் தெரிவிப்பதற்காக, வேகவேகமாகப் போகிறார். போனால், வீட்டில் அவரது மனைவி மட்டும் வெளியே வருகிறார். குழந்தைகளைக் காணவில்லை.

"எங்கே குழந்தைகள்?" என்று கேட்கிறார்.

"நீங்கள்தானே பொருட்காட்சிக்கு அழைத்து வரச்சொன்னீர் களாம். கலாம் அவர்கள் கொஞ்ச நேரத்திற்கு முன்பு வந்து காரிலே அழைத்துச் சென்றார்" என்று கூறுகிறார் மனைவி.

“அப்படியா! நான் அழைத்து வரச்சொல்லவில்லை. நான் போகவேண்டும் என்று சொல்லிக்கொண்டிருந்தேன். வரமுடியாமல் போனதால், குழந்தைகளிடத்தில் வருத்தம் தெரிவிப்பதற்காக வேகமாக வந்தேன். அதற்குள் ஐயா வந்து அழைத்துச் சென்று விட்டாரா?” என்றபடி ஒருமணிநேரம் வீட்டிலே காத்திருந்தபிறகு, குழந்தைகள் இருவரையும் குதூகலத்தோடு கலாம் அவர்கள் அழைத்துவந்து வீட்டிலே விட்டார்கள்.

எப்படி இருந்திருக்கும் அந்த நிகழ்ச்சி... யோசித்துப் பாருங்கள்!

தன்னிடத்தில் வேலை செய்யக்கூடிய ஒரு விஞ்ஞானி. அதுவும் தனக்கு அடுத்த இடத்தில் இருக்கிற பெரிய விஞ்ஞானி அல்ல... கடைசி இடத்தில் இருக்கிற, வளர்ந்துவரக்கூடிய இளம் விஞ்ஞானி, புத்தம் புதிய விஞ்ஞானி. அவர் வந்து கேட்கிறார். இவர் அனுமதி கொடுக்கிறார்!

எதற்காக என்று காரணம் கேட்கிறார். காரணத்தைச் சொல் கிறார். காரணத்தைப் புரிந்துகொண்ட கலாம் அவர்கள், அனுமதி கொடுத்தது மட்டுமல்ல, ஐக்கியமாகி அவர் வேலை செய்வதையும் கெடுக்க விரும்பாமால், அதை அங்கீகரிப்பதன் மறு வடிவமாக, அவர் வீட்டுற்கேச் சென்று அந்தக் குழந்தைகளை அழைத்துச் சென்றாரென்றால்... யாருக்கு வரும் இந்த மனது?

அவரன்றோ தலைவர்!

தன்னிடம் வேலை செய்யக்கூடியவர்களின் உணர்வுகளைப் புரிந்துகொள்ளக்கூடியவர்கள்தான் சிறந்த தலைவர்களாக இருக்க முடியும்.

•••